సాయిభక్తి
సాధన రహస్యం

శ్రీసాయినాథుని శరత్ బాబూజీ

సాయిపథం పబ్లికేషన్స్
శిరిడీ చెన్నై హైదరాబాద్

SaiBhakti Sadhana Rahasyam (Telugu)
By :: Sri Sainathuni Sarath Babuji
Publishers :: Saipatham, SHIRDI

First Edition, July 1996
Seventh Edition, September 2009
ISBN No: 9788188560011

సాయిభక్తి సాధన రహస్యం

రచన :
శ్రీసాయినాథుని శరత్‌బాబూజీ, శిరిడీ

ప్రచురణ :
సాయిపథం, శిరిడీ

ప్రథమ ముద్రణ, గురుపూర్ణిమ, జూలై 1996
సప్తమ ముద్రణ, విజయదశమి, సెప్టెంబర్ 2009

For Copies:
Saipatham Publications
P.O. Box No. 5005
Besant Nagar, Chennai - 600 090

email :: books@saimail.com
Website: www.saibaba.com

డిజైనింగ్ & ప్రోసెసింగ్:
సాయిముద్ర, శిరిడీ

ముద్రణ:
సాయిబాండ్స్ ప్రింట్ సిస్టమ్స్ - చెన్నై

ఈ గ్రంథంలో

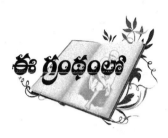

శ్రీబాబూజీ

(Publisher's Note)

"మా సంప్రదాయమే వేరు!" అన్నారు శ్రీసాయి. దేనినుండి వేరు? సిసలైన సాయి సంప్రదాయం ఏమిటి?– అన్న జిజ్ఞాసను, సందేహాన్ని వ్యక్తీకరించలేక గుండెల్లోనే గూడు కట్టుకొన్న అసంఖ్యాక సాయి భక్తుల హృదయాంతరాళాల్లోని శేషప్రశ్నలకు సమాధానం – ***శ్రీసాయినాథుని శరత్‌బాబూజీ.*** సాయితత్త్వాన్వేషణలో, సాయిస్మరణలో పునీతమైంది ఆయన జీవితం. ***"నా చర్యలు అగాధాలు. ఎవరైతే నా లీలలను మననం చేస్తూ అందులోనే మునిగిపోతారో వారికి జ్ఞానరత్నాలు లభిస్తాయి"*** అని శ్రీసాయి ఉవాచ. ఆ అగాధపు అంచులను తాకి, ఆ జ్ఞానరత్నాలను వెలికితీసిన మహామహితాత్ముడాయన. ఒక్కడుగు తన వైపుకేస్తే పది అడుగులు తాను మనవైపుకేస్తానని శ్రీసాయి ఇచ్చిన అభయం శ్రీబాబూజీ విషయంలో అక్షర సత్యమైంది. ఫలితంగా, అనితరసాధ్యమైన అపారశాస్త్రాధ్యయనం అతి పిన్నవయస్సులోనే వీరికి సుసాధ్యమైంది. ప్రపంచంలో నేటివరకు వెల్లివిరిసిన ఆధ్యాత్మికసంప్రదాయాలన్నింటిపై అధికారికంగా వ్యాఖ్యానించగల ధీశక్తి ఆయనకు శ్రీసాయి వరప్రసాదం. శ్రీసాయినోట వెలువడిన ప్రతిమాట ఒక శ్రుతివాక్యమాయనకు!

అయినా, తమ పరిశోధన తపస్సు కేవలం తమ అన్వేషణలో భాగంగా మాత్రమే జరిగిందిగాని, ఎవరినో ఉద్ధరించేందుకు కాదని – వారి వినయపూర్వక సమాధానం. కస్తూరి తాను పదిమందికి పరిమళాలు వెదజల్లాలని, అవి పదిమందీ ఆస్వాదించి తనను ప్రశంసించాలని పరిమళించదు. దాని సహజగుణం పరిమళాన్నివ్వడం. ఆ సౌగంధ సౌరభాలను ఆస్వాదించేందుకు శ్రీబాబూజీని దర్శించిన పండితప్రకాండులు, సత్పురుషులు ఎందరో! ఆయన సాన్నిధ్యపు ఆనందాన్ని అనుభవించిన ఒక పండితుని వ్యాఖ్య: **"ఏ విశ్వవిద్యాలయాలు కొలువలేని జ్ఞానం ఆయన సొత్తు! కేవలం ఆయన సాన్నిధ్యం ప్రసాదిస్తుంది సాయి అనే ఆనంద రసానుభూతుల మత్తు! ఆధ్యాత్మిక దివ్యపథంలో అందుకొన్నారు ఆయన చూపుకందని ఎత్తు! శరణాగతి పథానికి నిర్వచనంగా శ్రీసాయికే సమర్పితం ఆయన జీవితం యావత్తూ!"** సాగరసంగమమే తన గమ్యమైనా, ఆ పయనంలో ఎన్నో క్షేత్రాలను సస్యశ్యామలం చేస్తూ, ఎందరి దాహార్తినో తీరుస్తూ, మరెందరి జీవితాలనో పునీతంగావిస్తూ సాగిపోతుంది -- పావన గంగానది. అలానే, 'సాయి' అనే ఆనందరసామృతానుభవసాగరమే తమ జీవన గమ్యమైనా, ఆ అచంచల పయనంలో ఎందరి వెతలనో తీరుస్తోంది వారి సన్నిధి. 'సాయి' అనే శక్తిక్షేత్రంలో ప్రేమసుగంధాలను విరజిమ్మే కుసుమమాయన మది. సాయిని సాయిగా చూపే ఓ సద్గురుపీఠమాయన సన్నిధి. సాయిమహిమ అనే అనుగ్రహక్షీరాన్ని ప్రేమతో త్రాగించే చల్లని తల్లి ఒడి అది. వారి ఆశీస్సులతో, కేవలం వారి చూపుతో, స్పర్శతో ఎన్నో ఏళ్ళుగా వైద్యాలకు లొంగక వేధిస్తున్న రుగ్మతలను బాపుకున్నవారెందరో! ఆ చెంతన సాంత్వన చెందని వ్యథాభరిత హృదయం లేదు; సమస్యలు తీరని భక్తుడు లేడు; ఆయన ప్రేమపాశానికి బద్ధుడు కాని అనుయాయుడు లేడు!

శ్రీబాబూజీ శిరిడీలో స్థిరపడడానికి మునుపు 1983-1989 మధ్యకాలంలో, వివిధ సందర్భాలలో రచించిన వ్యాసాలలో కొన్నింటి సంకలనమే ఈ గ్రంథం. ఈ వ్యాసాలలో ఎక్కువ భాగం 1988-1990 మధ్యకాలంలో సాయిపథం పత్రికలో ప్రచురింపబడ్డాయి. సుమారు ఏడు

సంవత్సరాల సుదీర్ఘ కాలవ్యవధిలో వివిధ సందర్భావసరాలనుబట్టి విడివిడిగ రచింపబడిన వ్యాసాలివి! (ఈ వ్యాసాలలో వివరింపబడిన అంశాలపై) శ్రీబాబూజీ రచించిన ఇతర (అముద్రిత) వ్యాసాలనుండి కొన్ని భాగాలను, సాయిపథంలో ప్రచురింపబడిన వ్యాసాలకు చేర్చి, ఈ గ్రంథరూపంలో ప్రచురించడం జరిగింది.

ఈ గ్రంథముద్రణలో మాకు సహకరించిన సాయిభక్తులందరికీ మా కృతజ్ఞతాభివందనాలు. ఈ గ్రంథప్రచురణకు దయతో అనుమతించిన గురుదేవులు శ్రీసాయినాథుని శరత్ బాబుగారికి మా సప్రేమవందనాలు.

సాయిభక్తులందరూ చదివి తీరవలసిన వ్యాసాలు ఇందులో ఉన్నాయి. ఇవి మనచే 'సాయిని సాయిగా' దర్శింపజేస్తాయి. మనకు నేటివరకు ఉన్న భావాల నేపథ్యంలో సాయిని సాయి పరంగా, ఆయన బోధనలపరంగా చూపించే మొట్టమొదటి గ్రంథమిది అన్నది నిర్వివాదాంశం. ప్రతి వ్యాసం సాయి భక్తులను నిజమైన సాయిపథం వైపుకు నడిపేందుకు దోహదం చేయగలదనే విశ్వాసంతో ఈ గ్రంథాన్ని మీకందిస్తున్నాం. అవధరించండి!

శిరిడీ,
గురుపూర్ణిమ, జూలై 30, 1996   ~ పబ్లిషర్స్

సప్తమ ముద్రణ

(Publisher's Note for the Seventh Edition)

సాయిభక్తిసాధనరహస్యం, శ్రీసాయిగురుచరిత్ర గ్రంథాలను 1996 గురుపూర్ణిమ మహోత్సవాల సందర్భంగా శిరిడీలో (తే.జూలై 30 దిన) విడుదల చేయడం జరిగింది. విడుదలైన సుమారు కొన్నిగంటలలోపే, (అంచనాలకు మించి) ఆ గ్రంథాల ప్రతులన్నీ పూర్తిగ విక్రయమైపోయినవి! ఇంకా ఎంతోమందికి ప్రతులు లభించక నిరాశకు లోనైనారు. ఇలా రెండు గ్రంథాలు విడుదలైన కొన్ని గంటల్లోనే మలి ముద్రణకు సిద్ధమవడమన్నది ఆధ్యాత్మగ్రంథ ప్రచురణ చరిత్రలోనే ఒక 'రికార్డు'! **సాయిభక్తి సాధన రహస్యం** రెండవ ముద్రణలో **సాయిభక్తి సంప్రదాయంలో శ్రీగురుచరిత్ర**' ('సాయిభక్తులకు శ్రీగురుచరిత్ర పారాయణ విధాయకమా?') అన్న వ్యాసాన్ని అదనంగా జోడించి, శ్రీసాయిబాబా 78వ మహాసమాధి, శ్రీబాబూజీ 42వ జన్మదినోత్సవాల సందర్భంగా (1996) విజయదశమినాడు విడుదల చేయడం జరిగింది. ఆ తరువాత, అనూహ్యమైన రీతిన రెండునెలల్లోనే ఈ గ్రంథ రెండవ ముద్రణ ప్రతులన్నీ కూడా అయిపోయి, మళ్ళీ మూడు మాసాలలోనే మూడవ ముద్రణకు ముస్తాబయినది. అశేష ఆంధ్రసాయిభక్తుల ఆదరాభిమానాలకు నోచుకున్న ఈ అమూల్య గ్రంథం యొక్క సప్తమ ముద్రణను, ఇదిగో, సవినయంగా సమర్పిస్తున్నాం!

శిరిడీ,

విజయదశమి, సెప్టెంబర్ 2009. ~ **పబ్లిషర్స్**

ప్రముక్కినంతనే గ్రక్కున వరములిచ్చెడి వేల్పు!

శ్రీసాయిబాబా చిత్రపటం లేని ఇల్లు, సాయిమందిరం లేని పట్టణం, దక్షిణభారతంలో — ముఖ్యంగా ఆంధ్రదేశంలో— ఈనాడు బహు అరుదంటే అతిశయోక్తి కాదేమో! శ్రీసాయిబాబా మహాసమాధి చెంది మొన్న (1988) విజయదశమికి డెబ్భయి ఏళ్ళయింది. బాబాను భౌతికంగా దర్శించిన తరానికి చెందినవారెందరో నేటికీ సజీవులైవున్నారు. రాముడు, కృష్ణుడు, బుద్ధుడు, ఏసుప్రభువు వంటి మహాపురుషులు సామాన్య జనజీవన స్రవంతిలో ఆరాధ్యదైవాలుగా స్థిరపడడం వారు నిర్యాణం చెందిన ఎంతో కాలానికిగాని జరగలేదు. కానీ, మహాసమాధి చెందిన అనతికాలంలోనే భారతీయ ఆధ్యాత్మిక సామాజిక జీవనంలో ఒక భాగమయ్యారు శ్రీసాయిబాబా. ఎన్నో శతాబ్దాలుగా ఆరాధింపబడుతున్న దేవతామూర్తుల సరసన శ్రీసాయినాథుడు ఓ మహామహిమాన్వితుడైన 'దైవం'గా నిలిచారు. ఈనాడు దేశంలో (ముఖ్యంగా మన రాష్ట్రంలో) పెద్దపట్టణాలలోనే కాదు, పల్లెపల్లెల వాడవాడల సాయిమందిరాలు, సాయిభక్తసమాజాలు, సాయి సత్సంగకేంద్రాలు వెలిసాయి... ఇంకా ఎన్నో వెలుస్తున్నాయి. ఈనాడు లక్షలాదిమందికి శ్రీసాయి ఇలవేలుపు. ఎందరో తమ సంతానానికి, వ్యాపారసంస్థలకు 'సాయిబాబా' పేరు ప్రీతితో పెట్టుకుంటున్నారు. ప్రస్తుతం మనదేశంలో తిరుపతి తరువాత ఎక్కువ సంఖ్యలో ప్రజలు సందర్శిస్తున్న

పవిత్రక్షేత్రం శిరిడీయేనని కొందరంటారు! మరికొన్నేళ్ళకు, శ్రీరామ శ్రీకృష్ణ మందిరాల సంఖ్యతో సమానంగా సాయిమందిరాలు వెలసినా ఆశ్చర్య పడవలసిన పనిలేదు. ఇలా ఒక మహాత్ముని మహిమ — సంప్రదాయం ఇంత త్వరితగతిన ప్రజాబాహుళ్యంలో సుస్థిరమవడం ప్రపంచ ఆధ్యాత్మిక చరిత్రలోనే అపూర్వం!

పిలిచిన పలికే దైవం!

అయితే, ఈ అపూర్వ సంఘటనకు కారణం ఏ వ్యక్తి లేక వ్యక్తులు కాదు! ఏ సంస్థలూ కాదు! మతవిశ్వాసాలతో ముడిపడిన ఆచార సాంప్రదాయాలు అసలే కాదు! ప్రణాళికాబద్ధమైన 'ప్రచారం' అంతకంటే కాదు! ప్రముఖ సాయిభక్తి 'ప్రచారకుడు'గ (!) ఎనలేని సేవలందించిన పూజ్యశ్రీ బి.వి.నరసింహస్వామిగారు కూడా యీ విషయాన్నే పదేపదే నొక్కివక్కాణించేవారు. శిరిడీలోని శ్రీసాయిబాబా సంస్థాన్ కూడా — బాబా తత్త్వానికి విరుద్ధమన్న భావంతో — ఏనాడూ సాయిభక్తి ప్రచార కార్యక్రమాలను చేపట్టలేదు. అటువంటప్పుడు, మరి యీ సాయిభక్తి యొక్క అద్భుత విస్తరణకు కారణం ఏమిటి? కొంచెం ఆలోచిస్తే, ఈనాటికీ అద్భుతరీతిన ప్రకటమౌతున్న శ్రీసాయిమహిమయే యీ సాయిభక్తి ఉద్యమ వ్యాప్తికి కారణమని ఇట్టే అర్థమౌతుంది. 'పిలిస్తే పలికే గొప్ప నిదర్శనం గల దేముడు' ఎవరని అడిగితే, చాలామంది ఠక్కున "శ్రీసాయిబాబా!" అని సమాధానం చెప్తారు. అంతేకాదు, బాబాను భక్తిశ్రద్ధలతో ఆరాధించే ఎంతోమంది భక్తులకు శ్రీసాయిచరిత్ర - ప్రబోధాల గురించి దాదాపు తెలియదనే చెప్పాలి! వారిని శ్రీసాయి ముంగిట కట్టిపడేసిన ఆకర్షణశక్తి శ్రీసాయిమహిమే! జీవితంలో యేదైనా కష్టం వచ్చినప్పుడు - 'ఏదో పది రాళ్ళలో ఒక రాయి' అన్నట్లు - బాబాను ప్రార్థించి (మొక్కుకొని), ఠక్కున నిదర్శనం రావడంతో సాయిభక్తులయినవారే ఎక్కువమంది!

'మిషన్'లు కేవలం 'మిష'లు

మరైతే సాయితత్త్వ 'ప్రచారం' లక్ష్యంగా అసంఖ్యాకంగా వెలసిన ఆధ్యాత్మికసంస్థలు, అవి నిర్వహిస్తున్న పత్రికలు, పుస్తకప్రచురణలు, సత్సంగ కేంద్రాలు తదితర కార్యక్రమాల మాటేమిటనే సందేహం ఎవరికైనా కలుగవచ్చు! పైన పేర్కొన్న కార్యక్రమాలన్నీ సామాన్యంగా సాయి 'ప్రచారం' పేరిట వ్యవహరింపబడుతుండటం నిజమే! కానీ అది సామాన్య వ్యవహారం మాత్రమే. సామదానభేదోపాయాలనుపయోగించి తమ మతానికి, మత సిద్ధాంతానికి సంఖ్యాబలం పెంచడం కోసం చేసే ప్రయత్నమే 'ప్రచారమ'నే పదానికున్న సూచ్యార్థం. ఇంకొంచెం సూటిగా చెప్పాలంటే, సాధ్యమైనంత ఎక్కువమందిని సాయిభక్తులుగ 'మార్చ'డానికి చేసే ప్రయత్నమే 'సాయిప్రచారం'. తనకు శ్రేయోదాయకమని నమ్మిన మార్గాన్ని తన సాటివారికి కూడా తెలిపి, వారూ ఆ మార్గంలో పయనించాలని తహతహలాడటం మానవ నైజం. శ్రీసాయిని ఆరాధిస్తూ, సాయిలీలలు చవిచూచిన సాయిభక్తులు, శ్రీసాయి అనుగ్రహం అందరిమీదా వర్షించాలని కోరుకోవడం సహజం. తమ తమ అనుభవాలను (సాయిలీలలను) తోటివారితో పంచుకోవడం ద్వారా వారు తమకు తెలియకుండానే సాయిప్రచారం చేస్తున్నారని చెప్పాలి. ఈ దృష్ట్యా ప్రతి సాయిభక్తుడు ఒక సాయిసేవకుడే, ఒక సాయితత్త్వప్రచారకుడే! కానీ ఇక్కడ జరిగేది 'పంచుకోవడమే' గానీ, (తమ సంఖ్యాబలాన్ని) 'పెంచుకోవడమనే' ప్రచారకార్యం కాదు. ఈ పంచుకోవడమనే కార్యం తమ త్రికరణాలను సాధ్యమైనంతసేపు సాయి ఊసులో – సాయి ధ్యాసలో ఉంచుకొనే మార్గమేనని, అది తమ తరింపుకు చేసే ప్రయత్నమేగాని, ఇతరులను ఉద్ధరించేందుకో లేక వారిని సాయిభక్తులుగ మార్చడానికి చేసే 'ప్రచార'కార్యం కాదనే సత్యాన్ని సాయిభక్తులెప్పుడూ మరువరాదు! ఎందుకంటే, ఎవ్వరూ ఎవ్వరిని సాయిభక్తులుగ 'మార్చ'లేరు! ఈ విషయాన్ని,

"నా భక్తుణ్ణి నేనే ఎన్నుకుంటాను", "నా భక్తుడు ఎంత దూరాన ఉన్నా - పిచ్చుక కాలికి దారం కట్టి లాక్కొన్నట్లు - రకరకాల మిషలమీద నేనే వారిని నా దగ్గరకు రప్పించుకొంటాను. ఎవరూ వారంతటవారుగ నా దగ్గరకు రారు!" అని బాబా నిర్ద్వంద్వంగ ప్రకటించే వున్నారు. అంతేకాదు! "ఇది బ్రాహ్మణ మసీదు. ఈ బ్రాహ్మణుడు లక్షలాదిమందిని శుభ్రమార్గాన నడిపించి, చివరికి గమ్యం చేరుస్తాడు!" "నా నామం పలుకుతుంది! నా మట్టి సమాధానమిస్తుంది!" "నా సమాధి నుండి కూడా నేను నా కార్యాన్ని కొనసాగిస్తాను!" అన్న బాబా, తమకు తాముగ తమ భక్తులను - వివిధ 'మిషల'తో తమ మహిమను రుచి చూపి, గ్రక్కున వారి అక్కరలు తీర్చి, ప్రేమపాశంతో వారిని అక్కున చేర్చుకొంటున్నారు. ఆ కార్యంలో మనకు బాబాను గురించి 'తెలియజేసే' వ్యక్తులు, సంస్థలు కేవలం నిమిత్తమాత్రాలు; ఆయా సంఘటనలు, లీలలు - బాబా మాటల్లో చెప్పాలంటే - వివిధ 'మిషలు' మాత్రమే! శ్రీసాయిభక్తి ఉద్యమ వ్యాప్తికి అసలు కారణం ఆ 'మిషలే' కాని 'మిషన్'లు (missions, ప్రచారసంస్థలు) కావు! .

వాపా? బలుపా?

అయితే, ప్రజాబాహుళ్యంలో దినదినాభివృద్ధి చెందుతున్న యీ సాయిభక్తి ఉద్యమం కేవలం 'వాపే' కాని 'బలుపు' కాదని కొందరు 'ఆస్తికుల' అనుమానం! జరుగుతున్న పరిస్థితి చూస్తే జీవుల ఆధ్యాత్మికోన్నతి, తరింపు శ్రీసాయి అవతారకార్యాలుగా కనిపించటంలేదని, మహిమ-చమత్కారాల ప్రకటన, 'నిదర్శనాల ప్రదర్శనమే' బాబా కార్యమా అన్నట్లున్నదనే సందేహం - కొద్దిమందికైనా - కలగడం సహజమే! అద్భుతమైన శ్రీసాయిచరిత్ర - ప్రబోధాలను సునిశితంగా పరిశీలిస్తేగాని, శ్రీసాయి వరదైవమా? పరదైవమా? - అనే నివృత్తివాదుల సందేహం కొంతవరకైనా నివృత్తి కాదు!

వరదైవమా? పరదైవమా?

ఆధ్యాత్మికపరిణతి పరిణామాల దృష్ట్యా వ్యక్తులను నాలుగు తరగతులుగా విభజించారు మహాత్ములు; ఆర్తులు, అర్థార్థులు, జిజ్ఞాసువులు, ముముక్షువులు – అని. ప్రజాబాహుళ్యంలో ఎక్కువమంది ఆర్తులు, అర్థార్థులే! ఏవేవో కోరికలతో సాంసారిక తాపత్రయాలతో సతమతమౌతూ ఉండేవారే ఆర్తులు, అర్థార్థులు. ముక్తి, తరింపు, సద్గతి వంటి విషయాలకు – కేవలం నోటిమాటలుగా తప్ప – ఎక్కువమంది జీవితాలలో పెద్ద ప్రాముఖ్యత లేదు. రకరకాల కోరికలతో సమస్యలతో సతమతమవుతున్న వ్యక్తికి, "నిన్నునీవు తెలుసుకో!","జగత్తు మిథ్య! సంసారం మాయ!" వంటి ప్రబోధాలు రుచించవు సరికదా, అవి యీ సంసారసాగరపు గట్టెక్కించలేని వట్టి మెట్టవేదాంతంగా తోస్తుంది. అటువంటి సాంసారిక జీవులలో కూడా ఆధ్యాత్మికజిజ్ఞాసను రేకెత్తించి, సత్యపథం వైపుకు నడిపించగల సమర్థుడే నిజమైన సద్గురువు. ఈ దుస్తరకార్యాన్ని అత్యంత సునాయాసంగా సమర్థవంతంగా నిర్వహిస్తున్న సద్గురు సామ్రాట్ — శ్రీసాయిబాబా!

మహాత్ములున్నదెందుకు?

అదెలాగా?—అంటే, దానికి సమాధానం బాబానే వివరించివున్నారు. *"భక్తులకు ఐహికంగానూ, ఆముష్మికంగానూ లాభం చేకూర్చడానికే మహాత్ములున్నది"* అనేవారు బాబా. అంతేకాదు! డబ్బు, వ్యాపారము, ఆరోగ్యము, సంతానము, ఉద్యోగము తదితర విషయసంబంధమైన సమస్యలతో కోరికలతో బాబాను ఆశ్రయించే భక్తులను నిరసిస్తూ, "శ్రీసాయిబాబా వంటి సద్గురువును ఆధ్యాత్మికోన్నతి కోసం ప్రార్థించాలిగానీ, తుచ్ఛమైన ప్రాపంచిక కోరికలతో ఆశ్రయించకూడదు" అని 'హితవు'

చెబుతున్న ఒక భక్తునితో బాబా, *"అలా అనొద్దు! నాకు సంబంధించినవారు మొదట అలాంటి కారణాలతోనే నా దగ్గరకు వస్తారు. వారి కోరికలు తీరి జీవితంలో సౌఖ్యం చిక్కాక, నన్ను అనుసరించి ఆధ్యాత్మికంగా పురోగమిస్తారు. నిజానికి, రకరకాల మిషలమీద నేనే వారిని నా దగ్గరకు రప్పించుకొంటాను. వారెంత దూరాన వున్నా సరే! నేనే వారిని నా వద్దకు చేర్చుకొంటాను. ఎవరూ వారంతటవారుగ నా దగ్గరకు రారు!"* అని అన్నారు.

ఆర్తి నుండి జిజ్ఞాస

వివిధ ప్రాపంచిక కోరికలతో, స్వార్థం కోసమే మొదట బాబాను ఆశ్రయించినా, బాబా మహిమవల్ల ఆ కోరికలు తీరి, కష్టాలు గట్టెక్కడంతో, వారిలో మొదట బాబా పట్ల కృతజ్ఞతాభావం ఏర్పడుతుంది. అదే క్రమంగా భక్తివిశ్వాసాలుగా పరిణతి చెందుతుంది. తమ నుండి ఏమీ ఆశించకుండా, తమలో యే అర్హతలు చూడకుండా, తమను తాముగా తల్లిలా ప్రేమించి కాపాడే అవ్యాజమైన బాబా ప్రేమ, కరుణలను గుర్తించగానే వారిలో క్రమంగా బాబాపట్ల బాబాతత్త్వం పట్ల జిజ్ఞాస రేకెత్తుతుంది. అలా, ఆర్తులు జిజ్ఞాసువులవుతారు!

శ్రీసాయి - ఇహపరశ్రేయోదాయి!

అలా జనించిన జిజ్ఞాస మనలో బాబా చరిత్ర-బోధనలను గురించి తెలుసుకొని, శ్రీసాయితత్త్వాన్ని గురించి ఆలోచించేటట్లు చేస్తుంది. బాబా చరిత్రలో ప్రకటమవుతున్న ఆయన అవ్యాజమైన ప్రేమకు, కరుణకు, సర్వజ్ఞతకు, సర్వశక్తిమత్వానికి మన మనసులు ముగ్ధమవుతాయి. క్రమంగా, మన హృదయాలు బాబావైపు తీవ్రంగా ఆకర్షితమవడం మొదలవుతుంది. బాబాపట్ల ఆకర్షణ పెరిగే కొద్దీ, మన మనస్సులను ఎంతో తీవ్రంగా పట్టి

పీడిస్తున్న సామాన్య సాంసారిక సమస్యలపట్ల కోరికలపట్ల నిర్లిప్తత జనిస్తుంది. ప్రీతికరమైన వ్యక్తుల గురించి, విషయాల గురించి తిరిగితిరిగి తలపోయడం మనస్సుకున్న సహజ లక్షణం. అందువల్ల బాబా వైపుకు మన హృదయాలు ఆకర్షితమయ్యే కొద్దీ, బాబాపై మక్కువ ఎక్కువకాసాగి, క్రమంగా అది 'అనన్యచింతన'కు దారితీస్తుంది. 'తమ అనుగ్రహదృష్టిని ఎప్పుడూ మన మీదనే నిల్పి, జన్మజన్మలనుండి కంటికి రెప్పలా కాపాడుతున్న ఆ సర్వజ్ఞునికి ప్రత్యేకంగా మన కోరికలు నివేదించడమేమిటి? మనకేది మంచిదో ఆ ఇహపర శ్రేయోదాయియైన సాయికి తెలియదా?' — అనే వివేకం అంకురించి, ఆనందంతో ఆయన చరణాలకు శరణు పొంది, సర్వం బాబా సంకల్పానికి ఇచ్ఛకు నిర్భయంగా వదలిపెట్టి, 'నిశ్చింతగా' జీవించడం సాధ్యమవుతుంది. అంటే, క్రమంగా ఆర్తుడు జిజ్ఞాసువుగా, జిజ్ఞాసువు 'ముముక్షువు'గా మారాడన్నమాట!

ఇహములోనే పరము!

వివిధ విషయవాసనలతో, కోరికలతో, ప్రాపంచికవ్యామోహాలతో సతమతమవుతున్న మనలను — మనస్సు యొక్క సహజ స్వభావాని కనుగుణంగా — సంస్కరించి ఉద్ధరించి సద్గతిని అందజేయడమే సాయి అవతారకార్యం యొక్క పరమార్థం. అంతేకానీ, ముముక్షత్వదశలో బోధించవలసిన వివేక వైరాగ్యాలను, వేదాంతసత్యాలను, ఇంకా ఆర్తులుగా అర్థార్థులుగా ఉన్న దశలో మనకు బోధిస్తే, అది శుష్కవేదాంతమవుతుంది. అటువంటి శుష్కవేదాంతానికి శ్రీసాయిపథంలో చోటులేదు. అందుకే అన్నారు శ్రీవేమనయోగీంద్రులు, "*ఇహము విడిచి ఫలములింపుగా గలవని మహిని పల్కువారి మతము కల్ల! ఇహములోన బరము నొసగుట కానరో!*" అని.

యోగభోగంబుల సంయోజనం

బాబా ఎన్నడూ ఇహాన్ని నిరసించలేదు. తన భక్తుల పారమార్థిక జీవితం పట్ల మాత్రమే తన బాధ్యత అంటూ, వారి ఐహిక (ప్రాపంచిక) జీవితాన్ని పట్టించుకోక నిర్లక్ష్యం చెయ్యలేదు. తన భక్తుల ఇహపరాల భారం తామే వహిస్తూ, వివిధ తరగతుల ప్రజలను, వారివారి సంస్కారాలకు పరిణతికి అనుగుణంగా లాలించి, బుజ్జగించి, బోధించి తీర్చిదిద్దడమే బాబా యొక్క ప్రత్యేకత.

"నా భక్తులు అడిగినవన్నీ ఇస్తూనే ఉంటాను!
నేను ఇవ్వదలచింది వారు అడిగేంతవరకు!"

– అని బాబా అందుకే అనేవారు. మనం కోరే వివిధ ప్రాపంచిక కోరికలను ఆయన తీరుస్తూనే ఉంటారు. ఎప్పటివరకు? మనలో పరిణతి కలిగి ఆయన ఇవ్వదలచుకొన్నది మనం కోరేంతవరకు! కానీ, మానవుని కోరికలకు అంతమెక్కడ? '*కడలుడిపి నీరాడగా*' అన్నట్లు ఆ కోరికలన్నీ తీరి, బాబా ఇవ్వదలచినదేదో దాన్ని మనం కోరేదెప్పుడు? ఇదసలు జరిగేదేనా? – అనే సందేహం సాయిభక్తిరసం యొక్క రుచి తెలియని కొందరు బుద్ధిమంతులకు కలుగవచ్చు. బాబా కేవలం మన కోరికలు తీర్చటం మాత్రమే కాదు, వాటిని ఒక క్రమంలో, చక్కటి సంఘటనల కూర్పుతో మనకు అందించి, మన అంతరంగం వాటివల్ల సరైన పంథాలో ప్రభావితమయ్యేట్లు కూడా చూస్తారు. ఎవరికి వారు తమతమ అనుభవాలను జాగ్రత్తగా విశ్లేషించి సమీక్షించుకొంటే, శ్రీసాయి కేవలం 'వర'దైవమే కాదు, 'పర'దైవం కూడానన్న సత్యం బోధపడగలదు. అంతేకాదు, ఇహపరశ్రేయోదాయకమైన సాయిభక్తి 'యోగం' యొక్క అపూర్వ ప్రాశస్త్యం కూడా అవగతం కాగలదు! ❋

కోర్కెలను తీర్చుటలో లేదు నిదానము!
కోర్కెలను 'తీర్చి-దిద్దుట'యే శ్రీసాయి విధానము!

సాయిచూపే తొలిమెట్టు! మన ఎఱుకే మలిమెట్టు!

"Look to me and I look to you!" అన్నది శ్రీసాయిబాబా ఉపదేశాలలో అత్యంత ప్రాచుర్యాన్ని పొందిన 'సూక్తి'. **"తు మఝుకడె అనన్య పాహి! పాహీ తుఝుకడె తైసాచా మీహి!"**[1] అని బాబా మరాఠీలో చెప్పిన మాటకు పూజ్యశ్రీ బి.వి. నరసింహస్వామిగారు *Sri Sai Baba's Charters & Sayings* అన్న గ్రంథంలో చేసిన ఆంగ్లానువాదం: "Look to me and I will look to you!"[2] అని. ఒక వాక్యాన్ని సూక్తీకరించి చెప్పేటప్పుడు అది ఏ సందర్భంలో చెప్పబడిందో వివరించేందుకు అవకాశముండదు. తాత్త్వికసంబంధమైన ఒక వాక్యాన్ని సూక్తీకరించి అనువదించేటప్పుడు భాషాంతరంలో కొంత భావ అస్పష్టత కలగడం సహజం. ఆ 'కొంత'కు తోడు, ఆ తరువాత ఎవరో భక్తుడు ఆ అనువాదంలోని రెండు విడివిడి వాక్యాలను కలుపుతున్న 'and' అనే coordinating conjunction స్థానే 'if' ప్రత్యయం (subordinating conjunction) చేర్చి, "If you look to me, I look to you!" అని ప్రచురించటం జరిగింది. దానితో మూలానువాదంలో 'అస్పష్టంగా' తొంగిచూస్తున్న 'షరతు' (condition) విస్పష్టమై అపార్థాలకు దారితీసింది! ఆ సూక్తి యొక్క ఆంగ్లానువాదాల్లో మూలానువాదాన్ని అనుసరించి కొందరు, *"నాపై నీ దృష్టి నిలుపు; నీపై నా దృష్టి నిలుపుతాను"* అని తెలుగులోకి అనువదిస్తే, మరికొందరు రెండవ అనువాదాన్ని దృష్టిలో

ఉంచుకొని, *"నాపై ఎవరు దృష్టి నిలుపుతారో, వారియందే నా కటాక్షము"* అని అనువదించారు. ఈ వాక్యంలో వ్యక్తమయ్యే భావం దృష్ట్యా, "బాబా కటాక్షవీక్షణాలు ఆయనను పూజించే వారిమీద మాత్రమేనా? మిగిలిన వారిమీద ప్రసరించవా?" అనే సందేహం కొందరికి కలగడం సహజం; సమంజసం కూడా![3]

ఆ విపరీతార్థం కేవలం అనువాదలోపం వల్ల కలిగిందే కాని, అది బాబా మాటల్లోని ఆంతర్యం కాదని శ్రీసాయిచరిత్ర – బోధనలు పరిశీలిస్తే ఇట్టే బోధపడుతుంది.

మమత సమతల హేల!

మనకు కలిగిన పై సందేహానికి సమాధానమా అన్నట్లు, ఒక సందర్భంలో బాబా ఇలా అన్నారు: *"నా అనుగ్రహం లేక ఆకైనా కదలదు. నేనందరిని సమానదృష్టితో చూస్తాను!"* ("I look equally on all! Not a leaf moves except by my grace. I look on all with equal eye.")[4] అంతేకాదు! బాబా మరో సందర్భంలో ఇలా అన్నారు, *"ఈ ప్రపంచము చాలా వింతైనది. అందరూ నా వాళ్ళే. అందరిని నేను సమానంగా చూస్తాను. కానీ అందులో కొందరు దొంగలవుతారు. వారికి నేను చేయగలిగిందేముంది?"* బాబా కటాక్షవీక్షణాలనే అమృతధారలు ఎప్పుడూ అందరి మీద కుండపోతగా వర్షిస్తూనే ఉన్నాయి. కానీ, మన అజ్ఞానమనే గొడుగు ఆ అనుగ్రహధారలు మనమీద పడకుండా అడ్డుకొంటున్నది. ఆ అజ్ఞానాన్ని తొలగించుకొని, ఒకసారి కళ్ళుతెరచి 'చూస్తే', శ్రీసాయి అనుగ్రహవీక్షణాలు ఎప్పుడూ మనమీద ఉన్నాయని గ్రహిస్తాము. అలా శ్రీసాయి దృష్టి సదా మనమీదున్నదన్న గుర్తే (ఎఱుకే) మనకు గురువై మనలను రక్షించి తరింపజేస్తుంది. ఆ ఎఱుకను (గుర్తును) సాధ్యమైనంతగా నిరంతరం నిలుపుకోవడమే సాధన! ఆ ఎఱుకలో నిలవడమే అనన్యభావంతో సద్గురువుకు శరణాగతి చెందడం. ఈ ప్రయత్నం

మనవైపు నుండి జరగవలసిన క్రియ. *"గురువు ఎన్నడూ తనను తాను నీకు గురువుగా చేసుకోడు. ఆయన్ను గురువుగా గుర్తించవలసింది నువ్వే!"* అని బాబా స్పష్టం చేసేవున్నారు. ముందు మనం బాబావైపు చూస్తే, ఆపైన బాబా మనలను కటాక్షించడం కాదు జరిగేది. బాబా అనుగ్రహం ఎప్పుడూ మన మీదున్నది. *"అనుగ్రహించడమే నా పని!"* ("My business is to give blessings")[5] అని బాబానే తన అవతారకార్యాన్ని వెల్లడించారు. బాబా తమ రక్షణను అనుగ్రహాన్ని ఇవ్వడానికి ఎప్పుడూ సంసిద్ధులై వున్నా, మూర్ఖత్వంతో మనమే దానిని స్వీకరించలేకున్నాము. *"రండి! బస్తాలకొద్దీ ఊదీ మోసుకు పోండి! ఈ మసీదుతల్లి భాండాగారాన్ని బండ్లకొద్ది తీసుకుపోండి!"*[6] అని బాబా ఎలుగెత్తి ఆహ్వానిస్తూనే ఉన్నారు. కానీ, బాబా 'రక్షణ' అనే ఊదీని, 'జ్ఞాన'మనే భాండాగారాన్ని స్వీకరించేవారే లేరు. ఈ విషయాన్నే ప్రస్తావిస్తూ బాబా, *"అడిగిన వారికి అడిగినంత సమృద్ధిగా ఇవ్వమని నా యజమాని నన్ను ఆదేశించాడు. కాని నా మాటలు చెవినబెట్టేదెవరు? నా ధనాగారపు తలుపులు బార్లా తెరచిపెట్టి ఉంచాను. కానీ, ఆ సంపదను తీసుకొని పొయ్యేవారే లేరు! ప్రజలు ఊరకే నావద్దకొచ్చి 'ఇవ్వు ఇవ్వు!' అంటారు. నేను 'తీసుకో'మంటాను. కానీ, తీసుకొనేవారేరి!"*[7] అని ఎన్నోసార్లు వాపోయేవారు. బాబా గురించి ఎవరిద్వారానో వినటం వల్లనో, ఆయన్ను గురించి ఎక్కడో చదవడంద్వారానో, ఆయనను గూర్చి తెలుసుకొని, ఎప్పుడో ఏదో కష్టం వచ్చినప్పుడు అది తీర్చమని ఆయనను ప్రార్థించి, అది తీరడంతో సాయిభక్తులమై ఆయన్ను ఆరాధిస్తున్నామని సామాన్యంగా మనం భావిస్తాం. ఆయనను ముందు మనం పూజించడం జరిగిన తరువాతే, ఆయన కృపాదృష్టి మనమీదపడి ఆయన మహిమ మనకు ప్రకటమౌతున్నదని భ్రమిస్తాము. అయితే, అది కేవలం మన భ్రమేనని *"నా భక్తుని నేనే ఎన్నుకొంటాను"*, అని బాబా అన్న మాటతో తేలిపోతున్నది. ఆయన కృపాకటాక్షం మనమీద లేకపోతే భక్తితో మన దృష్టి ఆయన మీద నిలపడమన్నది అసంభవం!

ఈ సత్యం కొంతమంది విషయంలో అనుభవపూర్వకంగా ఎఱుకలోకొస్తుంది; ఎక్కువమంది విషయంలో రాదు. బాబాపేరు కూడా వినని ఎందరో భక్తులకు బాబానే ముందుగా (స్వప్నంలో) దర్శనమిచ్చి, నిదర్శనమిచ్చి 'తనవారిగా' చేసుకొన్న సంఘటనలు ఆయన చరిత్రలో కోకొల్లలు. ఆ లీలలను ఈ దృష్ట్యా విశ్లేషించి చూస్తే ఈ సత్యం మరింత స్పష్టంగా అవగతం కాగలదు.

ఋణానుబంధలహరి!

అయితే, ఇక్కడ ఒక ప్రశ్న ఉదయిస్తుంది! బాబా కృపాదృష్టి అందరిమీదా సమానంగా ప్రసరిస్తుంటే, కొంతమందిని మాత్రమే ఆయన తన భక్తులుగా ఎంపిక చేసుకోవడమేమిటి? – అని. ఆ 'ఎంపిక'కు కారణం బాబానే వివరించారు - '*ఋణానుబంధమ*'ని! ఆ ఋణానుబంధానికైనా మొదట ఏదో కారణముండాలి కదా? అది కొంతమందితోనే ఏర్పడి, మరికొంతమందితో ఏర్పడకపోవటానికి కారణమేమిటనే ప్రశ్న మళ్ళీ మన మనస్సులను తొలచక మానదు! ఈ ప్రశ్నకూ బాబానే సమాధానమిచ్చి వున్నారు. "*వెనుక ఎన్నోజన్మలలో మీతో వున్నాను. ఇక రాబోయే జన్మలన్నింటిలోనూ మీతో ఉండగలను. మనం మళ్ళీ మళ్ళీ కలుసుకొంటాము. నాకు అప్పజెప్పబడిన ప్రతి పైసకు నేను అల్లాకు లెక్కచెప్పుకోవాలి!*" అని. భగవంతుడు జీవులనుద్ధరించడానికి – వారి వారి సంస్కారాలకనుగుణంగా – వివిధ సద్గురుమూర్తుల రూపంలో అవతరిస్తాడని శాస్త్రాలు, తత్త్వదర్శనులైన మహాత్ములు చెప్పేవున్నారు. శ్రీసాయిబాబా రూపంలో అవతరించిన ఆ భగవత్తత్త్వం ఆ ప్రాతిపదికపైనే తనకు (ఆ రూపానికి) కేటాయించబడ్డ జీవులను సద్గతినొందిస్తుంది. ఆ జీవులనే బాబా తన సహజ నిగూఢరీతిలో "**తనకు అప్పజెప్పబడ్డ పైసలని**" చెప్పారు. ఇలా, బాబా వివిధసందర్భాలలో చెప్పిన మాటలవల్ల, అసంఖ్యాకమైన ఆయన లీలాప్రబోధాలవల్ల మనకు తెలిసేదేమిటంటే, . . . బాబా దృష్టి ఎల్లప్పుడు అందరి మీద సమంగానే

ప్రసరిస్తున్నదనీ, బాబాతో మనకు గల జన్మజన్మల ఋణానుబంధం ఫలితంగా కలిగిన సంస్కారం వల్ల ఆ కృపను సరిగా సద్వినియోగం చేసుకొని రక్షింపబడతామని!

ఈ సత్యం యొక్క వెలుగులో మొదట పేర్కొన్న *"నాపై నీ దృష్టి నిలుపు; నీపై నా దృష్టి నిలుపుతాను"* అన్న బాబా సూక్తిని, బోధను పరిశీలిస్తే, *"నాపై నీ దృష్టి నిలుపు; నా దృష్టి ఎప్పుడూ నీమీదనే ఉన్నదని గ్రహిస్తావు!"* అనేది బాబా మాటలకు సరైన భావానువాదం అవుతుంది. ఆ సూక్తికి సంబంధించి పైన పేర్కొన్న సందేహం ఏ అనువాద లోపంవల్ల కల్గినా, అది ఒకవిధంగా సంతోషించవలసిన విషయం! ఎందుకంటే, *"అనన్యాః చింతయంతోమాం ..'* ('ఎవరయితే నా గురించే అనన్యంగా చింతనచేస్తారో. . . వారి యోగక్షేమాల బాధ్యత నేను వహిస్తాను.') - అన్న భగవద్గీతాశ్లోకాన్ని తరతరాలుగా వింటున్నా కలగని సందేహం, జిజ్ఞాస ఈ బాబా సూక్తిపట్ల కలిగిందంటే అది శ్రీసాయిభక్తులకు శ్రీసాయి కరుణ పట్ల, సర్వసమత్వంపట్ల గల ప్రగాఢ విశ్వాసాన్ని తెలియజేస్తున్నది కదా? అదే నిర్జీవమైన శాస్త్రవాక్యానికి, సజీవమైన సద్గురువాక్యానికి గల తేడా! కేవలం శాస్త్రం మనిషి ఆలోచనను యాంత్రికం చేస్తే, సద్గురువాక్యం మనలో దైవం పట్ల జిజ్ఞాసను విచారణను రేకెత్తించి తరింపుకు బాట వేస్తుంది!

ఇక్కడ గుర్తుంచుకోవలసిన మరొక విషయమేమిటంటే, శ్రీసాయిభక్తిసాధనకు సంబంధించిన యే సందేహానికైనా సమాధానం, శ్రద్ధగా వెతికితే, బాబా మాటల్లోనే మనకు లభిస్తుంది. మన జీవితమనే గ్రంథాన్ని అర్థవంతంగా రసవత్తరంగా చదువుకునేందుకు అవసరమైన అంశాలపై బాబా చెప్పక విడచిన విషయం లేదు! శ్రీసాయిబోధ సమగ్రమైనదే; మన అవగాహనే సమగ్రం కావలసి ఉంది! అందుకనే కాబోలు బాబానే అన్నారు, *"నా మాటల అర్థం మీకు సరిగ్గా బోధపడడం లేదు!"* అని. ❋

Notes & References:

[1] శ్రీసాయిసచ్చరిత్ర, 19వ అధ్యాయము, 73వ ఓవీ.

[2] Narasimhaswami, B.V., com. by, *'Sri Sai Baba's Charters & Sayings'*, (Madras, 1942), No.19.

[3] సాయిపథం పత్రికలోని 'జిజ్ఞాసాపథం' శీర్షికకు ఒక సాయిభక్తుడు జిజ్ఞాసతో వ్రాసిన: "If you look to me, I look to you" అన్న శ్రీసాయిబాబా సూక్తిలో 'If' అన్న నియమం చాలామంది సాయిభక్తులలో సంశయాలు రేకెత్తిస్తున్నది. శ్రీసాయిబాబాను ముందు మనం చూస్తే, తరువాత ఆయన మనలను చూస్తానని చెప్పినట్లు ఉంది. ఇందులో కరుణామూర్తియైన శ్రీసాయిచూపు సకలజీవులపై సమంగాను, సకలజీవులకు సమానంగా రక్షణ కల్పించేదిగాను ఉండదా? శ్రీసాయి తనను చూచినవారినే అనగా భక్తివిశ్వాసాలతో పూజించిన వారినే కటాక్షిస్తానని చెప్పినట్లయింది కదా! అంటే వారికి సర్వజీవులయందు సమభావం లేదా? ఇది బాబాలోని భగవత్తత్త్వమును మరుగుపరచే విధంగా కన్పిస్తున్నది. కనుక ఈ విషయమును సవివరంగా సాయిపథం ద్వారా తెలియజేయవలసిందిగా ప్రార్థన! అన్న ప్రశ్నకు సమాధానంగా శ్రీబాబూజీ వ్రాసిన వ్యాసమిది! - పబ్లిషర్స్.

[4] Narasimhaswami B.V., Ibid., No.89.

[5] Narasimhaswami B.V., Ibid., No.55.

[6] Narasimhaswami B.V., Ibid., No.44.

[7] Narasimhaswami B.V., Ibid., Nos. 44 & 45.

"నా పైన నీ చూపు నిలుపు; అది నీపైననే నని తెలుపు!"

-శ్రీసాయిబాబా

బాబాతో ఋణానుబంధం పెంచుకోవడమెలా?

(నైవేద్య రహస్యం)

"ఋణానుబంధాన్ని విశ్వసించు!" అనేవారు బాబా. ఎవ్వరూ తమంతట తాముగ తన వద్దకు రారనీ, వారితో తనకు గల ఋణానుబంధం వల్ల తానే వారిని తనచెంతకు రప్పించుకుంటానని బాబా అనేక సందర్భాల్లో అన్నారు. అంటే, బాబాతో ఋణానుబంధమే లేకపోతే, మనమసలు సాయిభక్తులవడమే 'తటస్థించ'దన్నమాట! శ్రీసాయి యొక్క సద్గురుకార్యం, ఆయన రక్షణ మనకనుభవమవడం యొక్క నేపథ్యంలో యీ ఋణానుబంధమనే సూత్రం దాగి ఉంది. అందువల్ల, ఈ కీలకసూత్రం యొక్క స్వరూపస్వభావాలను అవగాహన చేసుకొని, బాబాతో మనకుగల ఋణానుబంధాన్ని 'ఇంకా' పెంచుకొనే యత్నం చేయటం సాయిభక్తి సాధనలో అత్యంత ఆవశ్యకం కదా? మరి, ఆ 'ఋణ' సాధనకు మార్గాలేమిటి? ఆ సుళువులను కూడా బాబానే కరుణతో మనకందించి వున్నారు. వాటిలో ఒకటి, నైవేద్యనియమం! *"ఎవరైతే నాకు అర్పించకుండా ఏమీ తినరో వారికి నేను బానిసను"* అన్నారు బాబా. తమదైన బాణీలో బాబా సూత్రప్రాయంగా చెప్పిన ఈ 'నివేదన' నియమాన్ని పాటించడంలో ఎన్నో సూక్ష్మమైన అంశాలు ఇమిడివున్నాయి. అవేమిటో చూద్దాం!

'తనకు సమర్పించిన ప్రతి పైసాకు తాను భగవంతునికి లెక్క చెప్పుకోవాలని, తనకు సమర్పించిన దానికి పదిరెట్లు తిరిగి వారికి

ఇవ్వాల్సి ఉంటుందని' బాబా అనేవారు. అంటే, మనం బాబాకు ఏం సమర్పించినా, తిరిగి దానికి పదిరెట్లు మనకు 'చెల్లించి', ఆ ఋణం తీర్చుకోవాల్సి ఉంటుందని బాబా భావం. ఇది ఆయన కరుణతో ఆనందంగా నెరవేర్చే అవతారకార్యం, దైవం ఆయనకప్పగించిన కర్తవ్యం. ఈ దృష్ట్యా 'బానిసను' అన్న బాబా పలుకులకు అర్థం–'ఋణగ్రస్తుడను' అని! నిజానికి బాబాకు మనతో గల బంధాన్ని 'ఋణానుబంధ'మనేకన్నా ఓ అవ్యాజ 'కరుణానుబంధ'మనడం సమంజసం!

అయితే, సశరీరులుగా మన కంటికి కనబడని శ్రీసాయికి మనం తినబోయే ఆహారాన్ని సమర్పించడం ఎలా? – అనే ప్రశ్న ఇక్కడ ఉదయించడం సహజం. ఈ ప్రశ్నకు కూడా బాబా సమాధానమిచ్చేవున్నారు! *"ఋణానుబంధాన్ని విశ్వసించి గుర్తుంచుకో! నీ దగ్గరకు ఏ ప్రాణి వచ్చినా అలక్ష్యం చెయ్యక ఆదరించు! ఆకలిగొన్న వారికి అన్నం, గుడ్డలులేని వారికి గుడ్డలు ఇవ్వు! భగవంతుడు సంప్రీతుడవుతాడు!"* అని. సశరీరులై ఉన్నప్పుడు కూడా బాబా ఎన్నడూ దేహానికి మాత్రమే పరిమితమై లేరు. *"ఎవరు నా యీ ఐదున్నర అడుగుల దేహాన్ని మాత్రమే 'సాయి' అని భావిస్తారో వారసలు సాయిని గుర్తించనట్లే!"* అన్నారు బాబా. మరైతే, 'అసలైన' సాయి స్వరూపమేమిటి? *"వివిధ రూపాల్లో (వివిధ ప్రాణుల రూపంలో) నేనే ప్రపంచమంతట సంచరిస్తున్నాను. పిల్లులేమి, కుక్కలేమి, కాకులేమి, ఈగలేమి - అన్నీ నేనే! ఆకలిగొన్న ఏ ప్రాణికి ఆహారం పెట్టినా అది నాకు పెట్టినట్లే! సర్వప్రాణుల రూపంలో సంచరించే నన్ను గుర్తించి, ఆ గుర్తింపుతో ఎవరైతే నడచుకొంటారో వారు నాకెంతో ఆప్తులు"* అని బాబా తమ విరాట్ స్వరూపాన్ని వాచా వివరించడమే కాదు; తామే అన్ని జీవుల రూపంలో ఉన్నామని ఎందరో భక్తులకు నిదర్శనాపూర్వకంగా నిరూపించారు కూడా! అంటే, బాబా సశరీరులుగా మన కంటికి స్థూలంగా కనిపించకపోయినా

సకలజీవుల రూపంలో ఆయన తమ సన్నిధిని మనకెప్పుడూ ప్రసాదిస్తూనే ఉన్నారు. ఆ సన్నిధిని గుర్తించి ఆ గుర్తింపుకు తగిన విధంగా మసలుకోవటమే మనం చేయాల్సింది!

అయితే, రోజూ మనం భోజనంచేసే ముందు ఆకలిగొన్న ప్రాణులేవో తెలుసుకొని వాటికి అన్నం పెట్టాలా? అవి ఆకలిగొన్నాయన్న విషయం మనకెలా తెలుస్తుంది? ఇలా ప్రతిరోజూ, ప్రతిపూటా ఆచరించడం ఎంతవరకు సాధ్యం?– అనే ప్రశ్నలు వెంటనే మనకుదయిస్తాయి! ఈ ప్రశ్నలకు ఆచరణయోగ్యమైన పద్ధతిని బాబానే వివరించారు. ఒకసారి ఈ ప్రశ్నే అడిగిన శ్రీనానాసాహెబ్ చందోర్కర్‌తో *"అతిథి అంటే అయిదున్నర అడుగుల మానవుడేనని, అందులో బ్రాహ్మణుడేననా నీ భావం? వేళకు ఆకలిగొని వచ్చిన యే ప్రాణైనా సరే, పక్షి అయినా, పురుగైనా అతిథే. ఆకలిగొన్నవన్నీ ఆహారం కోసం అన్వేషిస్తాయి. నిజమైన అతిథులను నువ్వు గుర్తించవు. భోజనం చేసేముందు అన్నం సమృద్ధిగా ఇంటి బయట విడిచిరా! వేటినీ పిలవొద్దు, తరమొద్దు! తినడానికి ఏ ప్రాణి వచ్చిందన్నదాన్ని గూర్చి అసలు ఆలోచించనే వొద్దు! అలా చేస్తే రోజూ లక్షలాది అతిథులను ఆదరించినట్లే!"* అన్నారు. అంటే, ఆచారం పేరిట శాస్త్రానికి ఒక ముద్ద(కాకబలి) గడపవతల పెట్టి, కాకిలా "కా... కా..." అని అరవడం ఎంత అవివేకమైన తంతో బాబా చెప్పినదాన్ని బట్టి యోచిస్తే ఇట్టే తేటతెల్లమవుతుంది. ఆకలిగొన్న ప్రాణులు అవే సహజంగా ఆహారం కోసం అన్వేషిస్తాయి. ఆహారాన్ని వాటికందుబాటులో ఉంచడమే మనం చేయాల్సింది. ఆకలిగొన్న ఒక జీవికి ఆకలి తీరితే ఆ జీవిలో ప్రాణస్వరూపుడైవున్న 'బాబా' సంప్రీతుడవుతాడు. సర్వజీవస్వరూపుడయిన బాబా సంప్రీతుడయితే, సర్వప్రాణులకు అన్నం పెట్టిన 'ఫలితం' మనకు సహజంగానే వస్తుంది కదా! అదే, *"రోజూ లక్షలాది అతిథులను ఆదరించినట్లే!"* అన్న బాబా మాటల్లోని అంతరార్థం!

భోజనం చేసేముందు బాబా (పైన) చెప్పిన విధంగా చేయడం ఆచరణయోగ్యమేకానీ, 'ఏది తినబోతున్నా' అలా చెయ్యాలంటే మాత్రం అంత సులభం కాదు. అంతేకాదు! కొన్ని సందర్భాలలో భోజనం ముందు కూడా అలా చెయ్యడానికి వీలుపడకపోవచ్చు. అందుచేత ఏదయినా తినబోయేముందు, త్రాగబోయేముందు బాబాను మనసారా స్మరించి, ఆ పదార్థాలు కొంత బాబా ఆరగించి, శేషం ప్రసాదంగా మనకు పెట్టినట్లు భావించుకోవాలి.

పైన చెప్పిన అంశాలు రెండింటినీ, బాబా తనదైన శైలిలో, కొంత హాస్యం మేళవించి, చమత్కరించి బోధించిన సందర్భం ఒకటున్నది. అదేమిటో చూద్దాం!

శిరిడీలో ప్రతి ఆదివారం 'సంత' జరుగుతుంది. ఆరోజున గ్రామస్థులు, చుట్టుప్రక్కల పల్లెప్రజలు శిరిడీ వచ్చి, వారానికి సరిపడా సరకులు, కూరగాయలు, వెచ్చాలు మొ॥నవి కొనుక్కొనిపోతారు. ఆ పద్ధతి యీనాటికీ కొనసాగుతోంది. అందువల్ల ఆదివారాలలో బాబా దర్శనార్థం వచ్చే భక్తుల రద్దీ కూడా ఎక్కువగా ఉండేది. ఒక ఆదివారంనాడు మిగిలిన భక్తులతో పాటు మసీదులో ('శ్రీసాయి సచ్చరిత్ర' గ్రంథకర్తయైన) శ్రీఅన్నాసాహెబ్ దాభోళ్కర్ (హేమాద్పంత్) కూడా కూర్చుని ఉన్నాడు. ఇంతలో హేమాద్పంత్ కోటు చేతి మడతలలో ఏదో పదార్థం ఇరుక్కొని ఉన్నట్లు షామా కంటపడింది. "ఏమిటది?" అంటూ షామా ఆ కోటుచేతి మడతలు విప్పేసరికి కొన్ని శనగలు జలజల రాలి క్రిందపడ్డాయి. కోటు మడతలనుండి శనగలు రాలడం చూచి మసీదులో ఉన్న భక్తులంతా ఘొల్లున నవ్వారు. అసలా శనగలు అక్కడికి ఎలా వచ్చాయని, హేమాద్పంతు అంతకు మునుపే బాబా పాదాలు కడుగుతూ వంగినపుడు కూడా క్రింద పడకుండా ఎలా ఉన్నాయనే ప్రశ్నలు బయలుదేరాయి. సరదాగా తలా ఒక జవాబు చెప్పారు. కానీ విషయం తేలలేదు. షామా అప్పుడు బాబాతో "దేవా!

మీరు చెప్పండి ఆ శనగలు అక్కడికి ఎలా వచ్చాయో!" అని అడిగాడు. దానికి బాబా నవ్వుతూ, *"ఇందులో అంత ఆశ్చర్యపడాల్సిన వింతేముంది? ఇతడికి ఇతరులకు పెట్టకుండా ఒక్కడే తినే అలవాటుంది. ఈ రోజు సంత కదా! శనగలు కొని చాటుగా ఒక్కడే తింటున్నాడు. ఆ రాలిపడ్డ శనగలే, ఇతని దురలవాటుకు సాక్ష్యం!"* అన్నారు. బాబా మాటలకు అక్కడున్న భక్తులంతా ఇంకా ఘొల్లున నవ్వారు. హేమాద్పంతు ఉడుక్కుంటూ, "బాబా, మీరిప్పుడు చేసిన అభియోగం మాత్రం శుద్ధ అబద్ధం. ఎప్పుడూ ప్రక్కవారికి పెట్టకుండా నేనొక్కణ్ణే ఏమీ తిననన్నే విషయం మీకూ తెలుసు. అదీకాక నేనీరోజు బజారుకే (సంతకు) వెళ్ళలేదు. శనగలు అసలు కొనుక్కోనేలేదు. నా కోటు మడతల్లోకి ఆ శనగలు ఎలా చేరాయో కూడా నిజంగా నాకు తెలియదు. అటువంటప్పుడు నేను చాటుమాటుగా శనగలు తినడం ఎలా సంభవం?" అని లబలబలాడాడు. అప్పుడు బాబా, *"నీవు తినేటప్పుడు ప్రక్కన ఎవరైనా ఉంటే వారికి పెట్టావన్న మాట నిజమే. ఎవరూ లేకపోతే పెట్టకుండా తినడం నీ తప్పుకాదు. అది సరే! కానీ, మరి నా మాటేమిటి? నేనెప్పుడూ నీతోనే వున్నాను కదా? నీవు తినబోయేది నాకెప్పుడయినా పెట్టావా?"* అని అన్నారు![1]

అంతేకాక, బాబా చేసిన ఉపదేశంలో జాగ్రత్తగా గమనిస్తేగానీ కనిపించని అంశం మరొకటున్నది. బాబా తనకోసం ప్రత్యేకంగా నైవేద్యం తయారుచేసి సమర్పించమనిగానీ, *'ఫలం పుష్పం తోయం'* అన్నట్లు ఏదో ఒకటి నిత్యపూజలో భాగంగా నివేదించమనిగానీ అడుగలేదు! బాబా

---

[1] "దైవం అందరిలోకి ఎక్కువగా అసహ్యించుకొనేదెవరినయ్యా అంటే, ప్రక్కవారికి పెట్టకుండా తానొక్కడే తినేవాణ్ణే"నని *'ఖొరాన్-ఇ-మజీద్'* లోని వాక్యానికి, *"ప్రేక్షతామ ప్రదాయ నభుంజీత!"* ('ప్రక్కవారికి పెట్టకుండా(ఒక్కడే) తినకూడదు!') అని పంచమవేదమైన *'మహాభారతం'* చేసిన నిషేధానికి, పైన ఉదహరించిన బాబా లీలోపదేశాలు సజీవ వ్యాఖ్యానాలు.

అడిగింది మనం ఎటూ తినబోయే పదార్థాలనే (తినబోయే ముందు) మనఃస్ఫూర్తిగా నివేదించమని. ఇందులో ఆధ్యాత్మికసాధనకు సంబంధించిన మరొక రహస్యం కూడా ఇమిడివుంది.[2] ఆధ్యాత్మికసాధనలో మనోనిగ్రహం, సంయమనం అత్యావశ్యకాలు. సంయమనం సాధించకపోతే, సంపూర్ణ శరణాగతి సున్న. మనోనిగ్రహాన్ని నిర్వీర్యం చేసే చాపల్యాలలో జిహ్వాచాపల్యాన్ని జయించడం చాలా కష్టమని యోగవిజ్ఞానం చెబుతున్నది. ప్రాణులు జీవించి ఉండాలంటే ఆహారం తప్పనిసరి. కళ్ళు గుడ్డివైనా, చెవులు చెవిటివైనా, లైంగికసుఖం లేకపోయినా మనిషి జీవించగలడు గానీ, ఆహారం లేకుండా మాత్రం జీవించలేడు. ఇంద్రియాలలో ఆహారానికి సంబంధం కలిగినది జిహ్వేంద్రియం. అందుకనే ఆ జిహ్వేంద్రియానికి కలిగే 'చాపల్యాన్ని' జయించడం కష్టసాధ్యం. జిహ్వా చాపల్యాన్ని జయించగలిగితే, మనోనిగ్రహం 'చాలావరకు' సాధించినట్లే! లేకపోతే, జిహ్వాచాపల్యం 'పెద్ద పట్టించుకోవలసిన' చాపల్యంగా అనిపించక, దృఢమైన మనోనిగ్రహాన్ని సాధింపనివ్వక, తద్వారా పరోక్షంగా మిగిలిన ఇంద్రియ చాపల్యాలను కూడా పెంచి, క్రమంగా సాధకుణ్ణి పతనం చేస్తుంది. ఈ విషయాన్ని ప్రస్తావిస్తూ శ్రీమద్భాగవతం ఇలా అంటున్నది: "నిరాహారులై మునులు అన్ని ఇంద్రియాలను జయించగలరేమోగానీ, రసనేంద్రియాన్ని మాత్రం గెలువజాలరు. నిరాహారునకు జిహ్వాచాపల్యం వృద్ధిచెందుతుంది. ఇతర ఇంద్రియాలనన్నీ గెలిచినా, రసనేంద్రియాన్ని గెలువనంతవరకు అతడు జితేంద్రియుడు కాడు. జిహ్వాను జయిస్తే సర్వాన్నీ జయించినట్లే!"[3]
"జిహ్వాచాపల్యం బహు ప్రమాదమైనది. ఎక్కడ జిహ్వాలోలత్వం ఉంటుందో అక్కడ

---

[2] ఆహారనియమానికి సంబంధించిన మరికొన్ని సాధన రహస్యాలను మరో వ్యాసంలో చర్చించుకొందాం.

[3] ఇంద్రియాణి జయింత్యాషు నిరాహారా మనీషిణా। వర్జయిత్వాతు రసనం తన్నిరన్యస్య వర్ధతే॥
తావ జితేంద్రియోన స్వాదు విజితాన్యేంద్రియఃపుమాన్। న జయేద్ రసనం యావజ్జితం సర్వజితేరసే॥
శ్రీమద్భాగవతం, XI,viii, 19-21.

అనర్థం పొంచి ఉందని తెలుసుకో! నాలుకతోటి ఆట కోటి దుఃఖాల మూట!"[4] అంటారు శ్రీఏకనాథ్ మహరాజ్. అందుకే, **"రుచులకోసం ప్రాకులాడవద్దు"** అని శ్రీసాయిబాబా, **"జిహ్వారుచుల చేత జీవుండు చెడునయా"** అని యోగి వేమన హెచ్చరించారు. ఈ విషయాన్ని ఇంకొంచెం వివరంగా చర్చించుకుందాం! జిహ్వాకు రసనేంద్రియమని పేరు. 'రస'మనే పదానికి ద్రవము, రుచి, సారము అనే అర్థాలున్నాయి. ఆహారం భుజించడం అనే క్రియ యొక్క అనుభవసారం ఆ ఆహారపదార్థాల రుచే! రుచిపచి లేని తిండిని మనం నిస్సారమైనదని (సారహీనమైనదని) అంటాం. ఏదైనా తినుబండారాన్ని చూచినప్పుడుగానీ, అది గుర్తుకొచ్చినప్పుడుగానీ, చటుక్కున మన మనసుకొచ్చేది ఆ పదార్థం యొక్క రుచిని గూర్చిన ఊహే! అలా ఊహ మనసులోకి రాగానే, నోటిలోని రసగ్రంథులకు ప్రేరణ కలిగి లాలాజలం(ఎంగిలి) ఊరుతుంది. అంటే పైన చెప్పిన 'రసం' యొక్క మూడు అర్థాలు – సారం, రుచి, ద్రవం – మూడు దశలుగ మనకు అనుభవమౌతున్నాయన్నమాట! అయితే, యీ 'రసప్రక్రియ' మన అలవాట్లు, ఆకలి, ఆరోగ్యస్థితి, ఇష్టాఇష్టాలు మొ॥న విషయాల వల్ల ప్రేరణ పొందుతూ మన అధీనంలో ఉండదు. అలా అదుపు లేకపోవడంవల్ల మనస్సు నానారకాల రుచులను కోరుతూ, వివిధ రుచ్యపదార్థాలను ఊహిస్తూ, ఆ ఊహల ఊపిరితో ఊరింపబడుతూ ఉంటుంది. ఇలా 'రుచుల'ను అనుభవించేందుకు మనసుపడే చాపల్యమే జిహ్వాచాపల్యం. నానాపదార్థాలను రుచిచూడటంవల్ల కలిగే సుఖానుభూతి కోసం వ్యసనపడటము ఆ చాపల్యా లక్షణం. సాధకుడు తాను పెట్టుకున్న లక్ష్యంపట్ల శ్రద్ధ, వివిధ ఇంద్రియానుభవాలతత్త్వం పట్ల అవగాహన పెంచుకుంటూ తనలో వ్యసనరూపంగా ఉండే యీ చాపల్యాన్ని తొలగించుకోయత్నిస్తే, క్రమంగా యీ చాపల్యం నశిస్తుంది. నానారుచుల కోసం అర్రులు చాచే బుద్ధి స్థిరత్వం పొందుతుంది.

---

[4] ఏకనాథ భాగవతము, VII, 171-187.

అప్పటివరకు భిన్నరుచుల ద్వారా మాత్రమే పొందగలిగే సుఖానుభూతిని గుర్తించి, ఇంద్రియానుభూతులకు అతీతంగా దానిని ఆస్వాదించే సూక్ష్మం పట్టుబడుతుంది. భిన్నరుచులు విభిన్న ప్రేరణలద్వారా కలిగించే ఆ రసానుభూతి ఒక్కటేననే అనుభవజ్ఞానం కలుగుతుంది. ఇక ఆ రసానుభవ ఆస్వాదనలో నిమగ్నమౌతాడు. ఆ ఏకరసాస్వాదన వల్ల కలిగే ప్రేరకం యొక్క స్థూలరూపంగా ఆ మహాత్ముని నోటిలో స్రవించే రసాన్ని (ఎంగిలిని) యోగశాస్త్ర పరిభాషలో అమృతమన్నారు! మనోచాపల్యం వల్ల కలిగే రసస్ఖలన రూపమైన 'మృతి'ని తొలగించి, ఆత్మ 'ధృతి'ని కలిగించే 'అమృత'మది. ఆ స్థితి నొందిన మహాత్ముడు సేవించే ఆహారం ఆయన సదా ఆస్వాదించే ఆ రసరూపమైన అమృతంతో కలసి, అదీ అమృతప్రాయమౌతుంది. అందువల్ల ఆ మహాత్ముని భుక్తశేషం కూడా అమృతమై, దాన్ని ప్రసాదంగా భుజించే భక్తులకు (పైన వివరించిన) అమృతత్త్వాన్ని కలుగజేస్తుంది. మహాత్ముల ఉచ్ఛిష్టం మహామహిమోపేతమైనదని శాస్త్రాలు చెప్పేదిందుకే! దైవానికి నైవేద్యం పెట్టే సమయంలో ***"అమృతమస్తు! అమృతోపస్తరణమితి స్వాహా", "రం అమృతాత్మనే అమృతతన్మాత్రా ప్రకృత్యానందాత్మనే – అమృతాత్మకం నైవేద్యం సమర్పయామి!"*** అనే మంత్రాలను చెప్పడంలోని పరమార్థం ఇదే!

శ్రీసాయిబాబా నిత్యం భిక్షచేసి సేకరించిన రొట్టె, కూర, పులుసు మొ॥న భక్ష్యాలనన్నింటినీ ఒకటిగా కలిపి భుజించేవారు. భగవాన్ రమణ మహర్షి కూడా తన విస్తరిలో వడ్డింపబడిన వివిధ పదార్థాలను – అన్నం, సాంబారు, రసం, కూర, పచ్చడి మొ॥న వాటినన్నిటిని – ఒకటిగా కలిపి భుజించేవారు. అలా ఎందుకు చేస్తారని ప్రశ్నించిన ఒక భక్తునితో, *"మీకు భిన్నత్వంలో రుచి; నాకేమో ఏకత్వంలో రుచి!"* అని చమత్కరించారు. ఇంతకు మునుపు వివరించిన ఏకరసాస్వాదనతత్త్వం యొక్క వెలుగులో చూస్తేగానీ, ఆ మహాత్ముల చర్యలలోని అగాధమైన అంతరార్థాలు అవగతం కావు.

నానారకాల తినుబండారాలు తినాలని ఉబలాటపడడం జిహ్వా చాపల్యం యొక్క స్థూలరూపం మాత్రమే! ఏదయినా పదార్థాన్ని చూచినప్పుడుగానీ, దానిపేరు విన్నప్పుడుగానీ, అప్రయత్నంగా ఆ పదార్థం యొక్క రుచిని మనస్సు 'ఊహించడం' అన్నది జిహ్వాచాపల్యం యొక్క సూక్ష్మరూపం. ఉదాహరణకు ఆవకాయపచ్చళ్ళు, పులుసులు, ఊరగాయలు మొదలైన రుచికరమైన వంటకాలపేర్లు వినగానే మన నోళ్ళూరుతాయి. అంటే ఆ పదార్థాలు గుర్తుకు రాగానే, మన మనస్సు ఆ పదార్థాల రుచిని ఊహించి ఆస్వాదిస్తున్నదన్నమాట! ఎంత రుచికరమైన పదార్థాన్ని చూచినా, వాటి గురించి విన్నా మన మనస్సుకు లేశమాత్రం కూడా వాటి రుచి ఊహకు రానట్లయితే, జిహ్వాచాపల్యాన్ని చాలావరకు జయించినట్లే! నైవేద్యం సమర్పించినపుడు భగవంతుడు స్వీకరించేది ఆ నివేదించబడ్డ పదార్థం యొక్క స్థూలరాశిని కాదు; భక్తుని మనస్సులో ఆ పదార్థం యొక్క 'జ్ఞాపకంగా' (ఎఱుక రూపంలో) ఉండే సూక్ష్మరూపాన్నే! ఆ 'జ్ఞాపకమే' మనము ఒక పదార్థాన్ని చూచినప్పుడు గాని, లేదా అది గుర్తుకొచ్చినప్పుడు గాని, దాని అనుభవసారమైన రుచిని మానసికంగా నెమరువేసుకొనేలా చేస్తుంది. నైవేద్యం యొక్క రుచిని ఊహించడమంటే, మానసికంగా ఆ నైవేద్యాన్ని ఎంగిలి చేసినట్లే కదా? *న+వేద్యం*, ఒక వస్తువు యొక్క రుచి లేదా దాని అనుభవసారమైన జ్ఞాపకం (జ్ఞానం) లేకపోవడమే — నైవేద్యం. అందుకే, ముఖ్యంగా దేవాలయాలలో, నైవేద్యానికి ముందు నివేదింపబడే పదార్థాలను రుచి చూడకూడదనేకాక, మానసికంగా కూడా 'ఎంగిలి' చేయకుండా నైవేద్యం ఉన్న పాత్రలపై గుడ్డ కప్పడం, మూతపెట్టడం, నైవేద్య సమయంలో విగ్రహం ముందు తెర వేయటం వంటి 'జాగ్రత్తలను' ఆగమశాస్త్రాలు నిర్దేశిస్తున్నాయి.[5] దైవానికి సమర్పించబోయే పూలను కూడా వాసన చూడకూడదనే నియమం అందుకే విధించబడింది. నిత్యనైవేద్యంలోని యోగరహస్యం ఇదే! ఈ నైవేద్యనియమాన్ని 'సరైన రీతిలో' ఆచరిస్తూ మనం

తినబోయే పదార్థాలన్నింటిని బాబాకు 'మనఃస్ఫూర్తిగా' నివేదించగలిగితే మనలోని మనోచాపల్యాలు నశించి మనస్సుపై అద్భుతమైన 'అదుపు' సాధించగలం. మనం ఏదైనా తినబోయే ముందు 'ఆ తినబోయే పదార్థాన్నే' తమకు సమర్పించమని బాబా కోరడంలోని అంతరార్థం ఇదే! ❋

[5] అయితే, నైవేద్యం వండేటప్పుడు, దాన్ని నివేదన చేసే ముందు తప్పనిసరిగ అర్చకులు ఆ నైవేద్యాన్ని చూడక తప్పదు కదా? - అనే సందేహం కొందరికి కలుగవచ్చు. అందుకే, జితేంద్రియుడైన ఉత్తమ సాధకుడే అర్చకత్వానికి అర్హుడని ఆగమశాస్త్రాలు నిర్దేశిస్తున్నాయి. (-**"అర్చకస్య తపోయోగాత్ . . .", "అర్చకస్తు హరి సాక్షాత్ చరరూపేన సంశయః"**) పైన వివరించిన అవగాహన లోపించడంతో నైవేద్యం తదితర యోగసాధనపరమైన ఆగమనిర్దేశాలు క్రమంగా కులప్రాతిపదికపై పాటించబడే 'మడి' వంటి 'మూఢా'చారాలుగ దిగజారాయి!

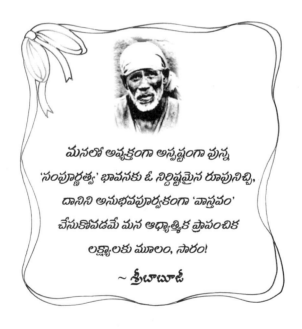

మనలో అవ్యక్తంగా అస్పష్టంగా వున్న
'సంపూర్ణత్వ' భావనకు ఓ నిర్దిష్టమైన రూపునిచ్చి,
దానిని అనుభవపూర్వకంగా 'వాస్తవం'
చేసుకోవడమే మన ఆధ్యాత్మిక ప్రాపంచిక
లక్ష్యాలకు మూలం, సారం!

~ శ్రీబాబూజీ

‘ఊర’కుండుట తెలుపు ఉత్తమయోగం!

“గురువుకు పగ్గాలు అప్పగించి నిశ్చింతగా ఊరక కూర్చుంటే చాలు! చేయవలసినదంతా నేను చేసి, మిమ్మలను చివరికంటా గమ్యం చేరుస్తాను!” – అన్న శ్రీసాయి ఉపదేశం ఆయన బోధనసారమని చెప్పొచ్చు! పైకి చూచేందుకు అది ఎంతో తేలికైన సాధనగా కనిపించవచ్చు; ‘ఇంతేనా’ అని అనిపించనూవచ్చు! లోతుగా యోచిస్తేగానీ అగాధమైన శ్రీసాయిలీలా ప్రబోధాలలోని అమూల్య అంతరార్థాలు మనకవగతం కావు. ఎందుకంటే, బాబా చెప్పినట్లు ఆయనకు పూర్తిగా ‘పగ్గాలప్పజెప్పి నిశ్చింతగా ఊరక కూర్చొనడం’ అంత తేలికైన పనేమీ కాదు! మనలోని వివిధ మనోచాపల్యాలు మనలనలా ‘ఊరక’ కూర్చొననివ్వవు. ఈ దృష్ట్యా బాబా బోధించిన ఆధ్యాత్మికసాధనకు మనోనిగ్రహము, సంయమనము– పరోక్షంగా ఆవశ్యకాలే అవుతున్నాయి. *“ఊరకుండుట దెలియ ఉత్తమయోగంబు! మానసంపు కలిమి మధ్యమంబు”* అని వేమన యోగీంద్రుడన్నదందుకే. బాబా బోధించిన ‘ఊరక కూర్చొనడమనే ఉత్తమ యోగ’ సిద్ధికి యెటువంటి చాపల్యాలు లేని మానసంపు కలిమి బలిమి మాధ్యమికమైన సాధన మార్గాలు. మన మనోరథాలీడేరాలంటే, మన మనస్సనే రథం యొక్క పగ్గాలు పూర్తిగా బాబాకు అప్పగించాలి. అలా అప్పగించాలంటే, మన మనసు యొక్క పగ్గాలు ముందు మన చేతిలోకి రావాలి కదా? అలా మన మనసు యొక్క పగ్గాలు మనకు స్వాధీనం కావడానికి బాబా బోధించిన అనేక ఉపాయాలలో

ఆహారనియమము, నైవేద్యనియమము ముఖ్యమైనవి. అదెలాగో ఇంకొంచెం వివరంగా తెలుసుకొందాం!

మనోనిగ్రహాన్ని నిర్వీర్యం చేసే చాపల్యాలలో కామాన్ని ధనవ్యామోహాన్ని (–శ్రీరామకృష్ణ పరమహంస మాటల్లో చెప్పాలంటే "కామినీ కాంచనాల"ను) జయించడం కష్టమని అందరూ అనుకోవడం కద్దు. ఒకవిధంగా ఇది యథార్థం కూడా. ఈ అవరోధాలను అధిగమించేందుకు మహాత్ములు ఎన్నో ఉపాయాలను, సులువులను బోధించారు. వాటిలో సాత్త్వికాహారం ఒకటి. అయితే, మహాత్ములు బోధించిన మిగిలిన సాధనోపాయాలన్నింటి కంటే ఈ సాత్త్విక 'ఆహార' నియమానికి ఎక్కువ ప్రజాకర్షణ ఆదరణ లభించింది. దాంతో, మనలో సత్త్వగుణాన్ని పెంపొందించే సాత్త్విక పదార్థాలేమిటి? ఏయే పదార్థాలు రజోగుణాన్ని పెంచుతాయి? ఏయే తామసపదార్థాల వలన మనలో తమోగుణం పెరుగుతుంది? సాధకుడు ఏయే పదార్థాలు తినాలి? ఏవి తినవచ్చు? ఏవి తినకూడదు? ఎవరు పెడితే తినవచ్చు? ఎవరితో తినకూడదు? ఎప్పుడు ఎలా తినాలి? ఎప్పుడెప్పుడు తినకూడదు? దైవానికి ఏయే పదార్థాలు నైవేద్యంగా పెట్టాలి? ఏవి పెట్టరాదు? – వగైరా విచికిత్స, విచారణ పెరిగాయి. ఈ సాత్త్వికాహార జిజ్ఞాస వామనపాదంలా పెరిగిపెరిగి క్రమంగా బ్రహ్మజిజ్ఞాసను బలికొంది. తత్ఫలితంగా యీ ఆహార విషయ విచికిత్స కాలాంతరంలో ఏ చికిత్సకు అలవికాని మడి, మైల వంటి మూఢాచారాలకు, అస్పృశ్యత వంటి దురాచారాలకు, 'ఉపవాస తపవాసాది' వ్యర్థాచారాలకు దారితీసింది. ఈ దుస్థితికి ఆవేదన చెంది ఆహారనియమాల పేర అంటుజాడ్యంలా ప్రబలిన అవివేకపు ఆచారాలను తూర్పారబట్టాడు శ్రీవివేకానందస్వామి. "ఆహార పారిశుద్ధ్య నియమంలోని మూలభావం నశించింది. దాని అక్షరాలు మాత్రం పాటింపబడుతున్నాయి. ఆహార శబ్దానికి 'ఇంద్రియ విషయములు' అని శ్రీఆదిశంకరాచార్యులు, 'అన్నము' అని శ్రీరామానుజులు అర్థం చెప్పారు. ఈ రెండు దృక్పథాలకు సామరస్యం కల్పించే

అర్థాన్ని తీసుకోవాలని నా అభిప్రాయం. *ఆహారాన్ని గూర్చిన పరిశుద్ధతాపరిశుద్ధతల విచారంలోనే జీవితకాలమంతా వ్యర్థంగా గడిచిపోతున్నది. ఇంద్రియనిగ్రహమే (ఆహార నియమం యొక్క) ముఖ్యోద్దేశ్యము . . . మతాన్ని వంట ఇంట్లో బంధించకండి!"* ఇది శ్రీవివేకానందుల వివేకవాణి.

ఆత్మోద్ధరణకు వివేకాభ్యాసాలు రెండూ అవసరం. వివేకశూన్యమైన అభ్యాసం క్రమంగా దురభ్యాసంగా మారకతప్పదు. మరైతే, ఏది వివేకం? ఈ అంశాన్నిగూర్చి మరికొంచెం యోచిద్దాం! ఏది సాత్త్వికాహారం అనేవిషయంలో మహాత్ములలోను వివిధ యోగశాస్త్రగ్రంథాల మధ్య ఏకాభిప్రాయంలేదు![1] సాత్త్వికాహారం ఏది అన్న నిర్ణయం విషయంలో భిన్నాభిప్రాయాలున్నా, సాధనలో సాత్త్వికాహారం అవసరమన్న విషయాన్ని మాత్రం అందరూ అంగీకరించారు. మరి ఆధ్యాత్మికసాధనలో సాత్త్వికాహారం అవసరమన్న విషయం ఎటిగి ఉండి కూడా సాధకులు సాత్త్వికాహారాన్నే ఎందుకు తీసుకోలేక పోతున్నారు? ఎందరో సాధకులు సాత్త్వికాహార నియమం పాటించదలచుకొన్నా అట్టేకాలం ఆ అభ్యాసాన్ని కొనసాగించలేకపోవడానికి కారణమేమిటి? వారిలో సత్త్వగుణం లోపించడంవల్లనేనని శాస్త్రం చెప్పే సమాధానం. ఉదాహరణకు సత్త్వగుణ ప్రధానులు సాత్త్వికమైన ఆహారాన్ని, రాజసులు రజోగుణ ప్రధానమైన ఆహారాన్ని, తమోగుణ ప్రధానులు తామసపదార్థాలను ఇష్టపడతారని *భగవద్గీత*.[2] అంటే, సత్త్వగుణం పెంపొందాలంటే సాత్త్వికాహారం తీసుకోవాలి. సాత్త్వికాహారాన్ని ప్రీతితో తీసుకోవాలంటే సత్త్వగుణముండాలి! చూచేందుకీ సమస్య 'పెళ్ళైతే కాని పిచ్చి కుదరదు; పిచ్చి కుదిరితే కానీ పెళ్ళి కాదు!' అన్నట్లుంది కదూ! ప్రారంభంలో సాధకునికి సాత్త్వికాహారం మీద ప్రీతి ఉండదు; ఇష్టం లేకపోయినా, సాత్త్వికాహారాన్నే నియమంగా తీసుకుంటుంటే, కొంతకాలానికి అతనిలో సత్త్వగుణం పెరిగి, ఆ తరువాత ఆ సాత్త్వికాహారాన్నే ఇష్టపడతాడు – అని అందామా? సరి! ఇష్టంలేక కష్టంతో

ఒక నియమాన్ని పాటించడం తామసమైన సాధనని పెద్దల ఉవాచ. అదీగాక, సంతోషము, ప్రీతి, తృప్తి కలిగించని ఆహారం అసాత్త్వికమే అవుతుంది!

మనం తీసుకొనే ఆహారం సాత్త్వికమైనా అసాత్త్వికమైనా, మన ఇష్టాయిష్టాలపై ఆధారపడి ఉన్నంతవరకు అది జిహ్వాచాపల్యం క్రిందనే జమవుతుంది. ఒకవేళ సాత్త్వికాహారం పట్ల 'ఇష్టం' అనేది జిహ్వాచాపల్యా లక్షణం కాదని ఎవరైనా అనవచ్చు! మంచిదే! కానీ, రాజసిక తామసిక పదార్థాల పట్ల మనకుండే చాపల్యమే, అసలైన సాత్త్వికాహారాన్ని ఇష్టంతో తిననీయకుండా చేస్తుందనేది మాత్రం నిర్వివాదమైన అంశంకదా? అందువల్ల, జిహ్వాచాపల్యాన్ని జయించడంవల్లనే సత్త్వగుణమొచ్చి, ఆ సత్త్వగుణం యొక్క ఒకానొక లక్షణంగా సాత్త్వికాహారాన్ని సహజప్రీతితో భుజించగలుగుతాడు. ఇంతకూ ఏతావాతా తేలిందేమంటే, – సంపూర్ణ శరణాగతి భావనను సుగమం చేసే మనోసంయమన సాధనకు 'సాత్త్వికాహారం' ఉత్తమోత్తమైన ఉపాయం అని చెప్పడానికి వీలులేదని తేలుతున్నది. మరి ఏది దారి?

శ్రీసాయిలీలాప్రబోధాలను సునిశితంగా పరిశీలిస్తే అతి సుగమమైన 'దారి' మనకు ఇట్టే గోచరిస్తుంది. స్థూలదృష్టికి, బాబా చర్యలు భక్తులకు తమపై 'నమ్మకం' కుదిర్చే 'చమత్కారాలు'గాను, ఆయన ఉపదేశాలు సామాన్య నీతిబోధకాలైన 'సూక్తులు'గానూ కనిపిస్తాయి. *"నేనెప్పుడూ చమత్కారాలు చెయ్యను!"* అని చెప్పిన శ్రీసాయి, *"నా చర్యలు అగాధాలు!. . . ఎవరైతే నా లీలలను మననం చేస్తూ అందులోనే మునిగిపోతారో వారికి జ్ఞానరత్నాలు లభిస్తాయి!"* అని కూడా అన్నారు. శ్రీసాయిలీలాప్రబోధాలను శ్రద్ధతో మననం చేస్తూ పోతే, బాబా మహత్తర గాథలు వేదోపబృంహణాలైన (వేదార్థాలను వివరించే) ఆఖ్యానాల్లా, ఆయన సూక్తులు రహస్యార్థ ప్రతిబోధకాలైన యోగసూత్రాల్లా మనకు గోచరిస్తాయి. అటువంటి తత్త్వ జిజ్ఞాసతో కూడిన సాయిలీలాప్రబోధాల మననం మనలో సద్వివేకాన్ని, బాబా పట్ల భక్తిశ్రద్ధలను దృఢం చేసి, నిష్ఠాసబూరీలతో సాయిపథంలో

సూటిగా సాగిపోయేలా చేస్తాయి. సరి! ఇక, శ్రీసాయిబాబా ఆహారనియమం విషయకంగా ఏం చెప్పారో, ఆయన ఉపదేశాచరణ మనలో సంయమనాన్ని కలుగజేసి క్రమంగా 'నిశ్చింతగా ఊరక కూర్చొనడమ'నే ఉత్తమయోగాన్ని ఎలా సిద్ధింపజేయగలదో చూద్దాం!

ఆహారనిద్రాభయమైథునాలు – జీవులకు సహజధర్మాలని ముందే చెప్పుకున్నాం. ఈ నాలుగింటిలో ఆహారము, మైథునము బాహ్యా పదార్థాలతో వ్యక్తులతో సంబంధం కలిగినవి. అంటే వ్యక్తి యొక్క బాహ్యా ప్రవృత్తికి సంబంధించినవి. నిద్రాభయాలు మౌలికంగా మనోవృత్తులకు, అంటే, వ్యక్తి యొక్క అంతఃప్రవృత్తితో ముడిపడినవి. మైథునం జీవోత్పత్తికి కారణమైతే, ఆహారం జీవపోషణకు ఆధారం. జీవోత్పత్తికి మూలమైన వీర్యం ఆహారం నుండే ఉత్పన్నమవుతుంది. అందువల్ల మైథునం కంటే ఆహారమే జీవులకు ప్రాథమికావసరమని చెప్పొచ్చు. అంటే, అస్ఖలిత బ్రహ్మచర్యం పాటిస్తూ జీవితాంతం ఉండటం సాధ్యమవుతుంది కానీ, ఆహారం లేకుండా కొంతకాలం కూడా జీవించడం అసాధ్యం.

రసనమంటే నాలుక. జిహ్వ రసనేంద్రియము. 'రస'మనే పదానికి ద్రవము, రుచి, సారము అనే అర్థాలున్నాయి. మనోదేహాలను పోషించడం ఆహారంయొక్క ప్రధాన ప్రయోజనం. వివిధ భక్ష్యభోజ్యాలను భుజించేటప్పుడు వాటి రుచిని ఆస్వాదిస్తూ మనసు పొందే సుఖానుభూతిని ఆహారం యొక్క అవాంతర ప్రయోజనమనవచ్చు. ప్రాణాధారమైన ఆహారం పట్ల మనసుకు ఆకర్షణను కలుగజేస్తుంది రుచి. ఉదాహరణకు, జీవోత్పత్తి అనే సహజ జీవధర్మానికి సాధనం మైథునము. అందము, అలంకరణలు మొ॥నవి దానిని ఆకర్షణీయం చేసే ఉపాయాలు. అంటే, ఆకలి-భోజనం చేయటం అనేవి కామప్రవృత్తి - మైథునక్రియల వంటివైతే, వివిధ రుచులు - వంటకాలు లైంగిక ఆకర్షణను పెంచే సౌందర్య సాధనాలవంటివన్నమాట! మైథునం యొక్క మౌలికప్రయోజనాన్ని మరచి, దాని ద్వారా కలిగే సుఖానుభూతి పట్ల

మోజు పెరిగితే సహజకామ ప్రవృత్తి కాముకత్వంగా మారుతుంది. అలాగే, ప్రాణాధారమైన 'ఆహారసేవనాన్ని సుఖవంతం చేసేది రుచి'– అనే ప్రకృతి ధర్మాన్ని మరచిపోతే, అది రుచులకోసం తినటమనే వికృతిగా పరిణమిస్తుంది. రుచిగా లేకపోతే శరీరానికి అవసరమైనా తినకపోవడం, రుచిగా ఉంటే ఆకలి - అవసరం లేకపోయినా అతిగా తినడం, ఒక రుచితో తృప్తిపడలేక ఎప్పుడూ నానారుచులకోసం ప్రాకులాడటం జరుగుతుంది. ఈ విపరీత పరిణామమే జిహ్వాచాపల్యం. ఈ చాపల్యాన్ని దూరం చేసుకోవడమే, *"రుచుల కోసం ప్రాకులాడొద్దు!"* అన్న బాబా ఉపదేశంలోని సారాంశము! ❋

---

[1] మనోనిగ్రహానికి యుక్తమైన సాత్త్వికాహారం ఏది? ఆధ్యాత్మిక సాధనలో మాంసాహారం వర్జనీయమా? శ్రీసాయిబాబా మాంసాహారాన్ని ఎందుకు నిషేధించలేదు? నిషేధించలేదు సరికదా, ఎందుకు స్వయంగా వండి వడ్డించి తామూ భుజించేవారు!? ఏది తినబోతున్నా ముందుగా బాబాకు నైవేద్యం పెట్టాలన్నప్పుడు, మాంసాహారాన్ని కూడా నైవేద్యంగా పెట్టవచ్చునా? వైదిక, అవైదిక సాంప్రదాయాలలోను, శాస్త్రగ్రంథాలలోను సాత్త్వికాహార మాంసాహార మీమాంసలను గూర్చి ఏమి చెప్పబడి ఉంది? - తదితర అంశాలను కూలంకషంగా చర్చిస్తూ శ్రీబాబూజీ రచించిన 'సాయియోగంలో ఆహారనియమం' అన్న సమగ్రవ్యాసానికి ప్రస్తుత వ్యాసం ఉపోద్ఘాతం మాత్రమే! వ్యాసం మొత్తాన్ని ప్రచురించేందుకు శ్రీబాబూజీ అనుమతి లభించలేదు! - పబ్లిషర్స్

[2] శ్రీమద్భగవద్గీత, అధ్యా:17; శ్లో:7-10

బుద్ధుడు చెప్పిన 'పాఠం'!

"భోజనంలో మితం పాటించు. అవసరమైనంతవరకే మనఃస్ఫూర్తిగా తిను! సరదాకోసం, వ్యసనంకొద్దీ, చాపల్యంకొద్దీ తినొద్దు! దేహసౌందర్యం కోసం తినొద్దు! శరీర సమతుల్యతకు, దేహం ఆరోగ్యంగా స్థిరంగా ఉండడానికి, శరీరం వ్యాధిగ్రస్తమవకుండా కాపాడుకోవడానికి, ధర్మబద్ధమైన జీవితం గడపడానికి అవసరమైనంత ఆహారం గ్రహించు! ఇంతకు మునుపే నీలో చోటు చేసుకొనివున్న (జిహ్వా) చాపల్యాలను అదుపులో ఉంచు! క్రొత్త రుచులకు మనసులో చోటివ్వకు! ఇలా చేస్తే నీకు సుఖమయ జీవితం లభిస్తుంది! ఇది ఆహార విషయంగా నేను చెప్పే పాఠం!"

సాయియోగంలో ఉపవాస నియమం

శ్రీసాయిబాబా మనకందించినది మధ్యేమార్గం. ఇటు మితిమీరిన భోగలాలసతను, అటు అలవిమాలిన హఠయోగాన్ని బాబా ఆమోదించలేదు. కాలపరిణామంలో ఎన్నో మతాలు, ఆధ్యాత్మిక సాంప్రదాయాలు ఆవిర్భవించాయి. ఎందరో మహాత్ములు ప్రభవించి, వారివారి కాలపరిస్థితులకు ఆనాటి ఆధ్యాత్మికావసరాలకు అనుగుణంగా ఎన్నో ఆచారసంప్రదాయాలను పాదుకొల్పారు. కానీ, వ్యక్తి యొక్క సామాజిక, ఆధ్యాత్మిక అవసరాలకనుగుణంగా ఆ ఆచారసంప్రదాయాలు కూడా కాలానుగుణంగా మారవలసిందిపోయి, అవన్నీ జనజీవనస్రవంతిలో అలాగే కలగాపులగంగా కలిసిపోయాయి. ఆ ఆచారసంప్రదాయాలు ఆయాకాలాలలో అర్థవంతమైనవే! అయితే, కాలగతిలో అవి ఏర్పడడానికి వెనుకవున్న లక్ష్యం, అవసరం, అర్థం అంతరించి — కరి మ్రింగిన వెలగ పండులా — అర్థరహితమయిన మూఢవిశ్వాసాలుగా మిగిలాయి. ఎందరో మహాపురుషులు ఆయాకాలాలలో అటువంటి అర్థంలేని వ్యర్థాచారాలను ఖండించి నిరసించారు. కానీ, 'పాత' మీద పామరప్రజానీకానికి ఉండే మోజు, మౌఢ్యం; ఈ రెంటినీ ఆధారం చేసుకొని బ్రతికే ఒక వర్గం 'మేధావుల' స్వార్థం మూలంగా ఈ ఆచారాలు ఇంకా మన మనస్సులనే గోడలకు బూజువలె పట్టుకొని వ్రేలాడుతున్నాయి. *'జైసాదేశ్ వైసావేష్'* అన్నారు శ్రీసాయిబాబా! ఏ కాలానికి అనుగుణమైన ధర్మాన్ని ఆ కాలంలో పాటించడం వివేకం; 'కాలధర్మం' చెందిన ఆచారాలను పట్టుకొని వ్రేలాడడం అవివేకం! అయితే,

మరి ఈ కాలానికి అనుగుణమైన ధర్మం, పురుషార్థసాధనం ఏమిటి? అదెలా తెలుసుకోవడం? — అనే సందేహం రావడం సహజం. దాన్ని తెలియజెప్పడానికే శ్రీసాయిబాబా వంటి మహాత్ములు ఇటీవల కాలంలో అవతరించారు! బాబా చూపిన బాట, ఆయన చెప్పిన మాట, తమ లీలల ద్వారా ఆయన సూచించిన బోధ — ఇవే యీ కాలానికి మన శ్రుతులు స్మృతులు!

బాబా నిరసించిన వ్యర్థ ఆచారాలలో ఉపవాసం ఒకటి. ఉపవాస మంటే మనస్సు (అంతఃకరణము)ను వ్యర్థమయిన విషయాలతో నింపక, ఖాళీగా ఉంచుకొని, అందులో మన ఉపాసనాదైవాన్ని ప్రతిష్ఠించుకొని, ఆయనకు అంతరంగంలో దగ్గరవడమన్నమాట! ఉప=దగ్గరగా/సమీపంలో, వాసము=ఉండటం, అని 'ఉపవాస'మనే పదానికి అర్థం. కానీ, అసలైన యీ అర్థం పోయి, ఉపవాసమంటే నిరాహారంగా ఉండటంగా మారింది! ఆకలి కడుపుతో పూజాధ్యానాదులు చేసేటప్పుడు మన దేహంలోని ప్రాణచలనం అస్తవ్యస్తమై, శోష, నిద్రలతో కూడిన ఒక విధమైన 'తమస్సు' మనస్సును ఆవరిస్తుంది. ఈ 'అవస్థ'నే కొందరు 'సమాధి' 'అమనస్కం' అని పొరబడుతుండటం కూడా కద్దు! *"బుభుక్షితం న ప్రతిభాతి కించిత్"* – అంటే, 'ఆకలితో కడుపు కాలుతున్నవాడికి ఏమీ తోచకపోవడం సహజమే!' అయితే, ఆ'ఏమీ తోచకపోవడ'మనేది యోగసాధనలో చెప్పబడ్డ మనోలయము కాదు, అమనస్కము అంతకంటే కాదు!

ఓ అర్ధశతాబ్దం క్రితం గుజరాత్ రాష్ట్రంలో శ్రీప్రకాశానందస్వామి, శ్రీనిత్యానందస్వామి అనే ఇద్దరు మహాత్ములుండేవారు. వారిరువురూ మూర్తీభవించిన వివేక వైరాగ్యాలవలె జీవించారు. శ్రీప్రకాశానందస్వామివారి ప్రసంగాలను ఆ మహాత్ములిరువురి మధ్య జరిగిన సద్గోష్ఠులరూపంలో 'వార్తాలాపం' అనే గ్రంథంగా భక్తులు ప్రచురించారు. ఒకసారి శ్రీనిత్యానందస్వామి శ్రీప్రకాశానందస్వామివారినిలా అడిగారు, "ఎప్పుడైనా ఆకలితో నుండవలసిన అవసరము కలిగినప్పుడు ఆకలివల్ల నిధిధ్యాసనకు విఘ్నము కలుగలేదా?"

దానికి శ్రీప్రకాశానందస్వామి, *"ఆహారము లేనప్పుడు వృత్తి ఏకాగ్రత చెందే దానికి బదులు స్తబ్ధమై మూఢత్వం చెందేది!"* అంటూ తమ స్వానుభవాన్ని వివరించారు. శ్రీప్రకాశానందుల వంటి ఆరూఢులైన యోగుల అనుభవమే అలా ఉంటే, ఇక సామాన్యుల విషయం చెప్పాలా? అయితే, సుష్టుగా భోంచేసి, ధ్యానం చేసుకుందామని కూర్చున్నా ఈ ప్రమాదం తప్పదు. అందుకే మితమయిన ఆహారము, విహారము ధ్యానానికి అవసరం. ధ్యానయోగాన్ని బోధిస్తూ భగవద్గీత:

"నాత్యశ్నతస్తుయోగో స్తినచైకాంత మనశ్నతః।
న చాతి స్వప్నశీసల్య జాగ్రతోనైవ చార్జున॥"

అంటే, 'అతిగా తినేవాడికి, బొత్తిగా తిండి తినని వానికి యీ ధ్యానయోగము సిద్ధించదు!' అని చెబుతున్నది. మరి ఎటువంటివాడికి అది సిద్ధిస్తుంది? ఆ తరువాతి శ్లోకంలోనే *'యుక్తాహార విహారస్య'* (అంటే, 'సరైన ఆహారము నడత గలిగినవానికి') అని సమాధానమిచ్చాడు గీతాచార్యుడు. *'యుక్త'* అనే పదానికి 'విధించబడిన కొలతలో' అని అర్థం చెప్పారు శ్రీఆదిశంకరులు తమ గీతాభాష్యంలో. అంతేకాదు! 'విధించబడిన కొలత కంటే అధికంగా' తినడం *'అత్యశ్నతః'*. గీతలోనే మరోచోట *'లఘ్వాశీ'* అంటూ, 'స్వల్పంగా భుజించేవానికి' ధ్యానయోగ సిద్ధి కలుగుతుందని గీతాచార్యుడే చెప్పాడు. అంటే, యుక్తమైన ఆహారమంటే స్వల్పంగా భుజించడమనీ, 'విధించబడిన కొలత కంటే అధికంగా' భుజించకుండా ఉండటమనేది గీతార్థమనుకుంటే, ఇక్కడ మళ్ళీ ఓ ప్రశ్న తలెత్తుతోంది! 'స్వల్పంగా' అంటే ఎంత స్వల్పంగా? దానికి నిర్దిష్టమైన కొలతేమైనా ఉన్నదా? ఉంటే, మరి ఆ కొలతలేమిటి? – అని. "ఆత్మసమ్మతమైన అన్నం కంటే అధికంగా తినడమే" కొలతకంటే ఎక్కువగా తినడమని శ్రీఆదిశంకరుల వివరణ. ఎంత ఆహారం తీసుకుంటే అజీర్ణం చేయకుండా ఉంటుందో, (అనాయాసంగా) పనులు చేసుకొనేందుకు అనుకూలంగా ఉంటుందో అదే ఆత్మసమ్మతమయిన

అన్నం అని కూడా శ్రీశంకరులు వివరించారు. "ఏ అన్నము తన కొలతకు తగినదో ఆ అన్నము కాపాడుతున్నది; అది చెరుపు చేయుటలేదు. దానికంటే అధికమైనది చెరుపు చేయుచున్నది. దానికంటే తగ్గినది కాపాడుటలేదు" అన్న శతపథబ్రాహ్మణ మంత్రం శ్రీశంకరుల నిర్వచనానికి ప్రమాణం. ఈ నిర్వచనం కూడా 'కొలత ఎంత?' అనే ప్రశ్నకు స్పష్టమైన సమాధానం ఇవ్వడంలేదు. సరి! ధ్యానయోగాభ్యాసానికి సంబంధించిన యీ మితాహార మీమాంసకు యోగశాస్త్రగ్రంథాలేమైనా సమాధానం చెప్పాయా? చెప్పకేమి! ఘేరండసంహిత అనే ప్రామాణిక హఠయోగశాస్త్రగ్రంథం ఇలా చెబుతున్నది: "అన్నము కూర మొదలైనవాటికి సగం కడుపు; నీటికి పాతిక కడుపు; గాలి సంచరించేందుకు ఖాళీగా మిగిలిన పాతిక కడుపును ఉంచాలి" అని. జాగ్రత్తగా చూస్తే యీ సమాధానమూ మనం ఆశించిన 'కొలత'ను నిర్దిష్టంగా చెప్పడం లేదు! ఇక ధర్మశాస్త్రగ్రంథాలను పరిశీలిద్దాం! "ఆహారాన్ని ఔషధంలా తీసుకో!" (**"ఔషధవత్ప్రాశ్నీయాత్"** బౌ.ధ.సూ.2.10.53) అని బోధాయన మహర్షి బోధిస్తే, "సన్యాసి ఎనిమిది ముద్దలు, వానప్రస్థుడు పదహారు ముద్దలు, గృహస్థు ముప్పైరెండు ముద్దలు ఆహారం తీసుకోవాలి. బ్రహ్మచారికి పరిమితి లేదు!" అని ఆపస్తంబ మహర్షి ఆదేశం. ఇప్పటి వరకు మనం పేర్కొన్న 'కొలత'లలో ఆపస్తంబ నిర్దేశం నిర్దిష్టంగా కనిపించినా, అది సార్వజనీనకంగా ఎంతవరకు ఆచరణయోగ్యం? ఏతావాతా తేలిందేమిటంటే, "ఎంత ఆహారం తీసుకోవాలి?" అన్న ప్రశ్నకు 'ఇంత' అని తూనిక కొలతలలో చెప్పేందుకు వీలులేదు. 'స్వల్పం' అనేది సాపేక్షికమైన విషయం. అది వ్యక్తికి వ్యక్తికి మారుతుంది. ఒకే వ్యక్తి విషయంలో కూడా వయస్సు, చేసే పని, దేహారోగ్యం, మానసిక స్థితి మొ॥న అంశాలను అనుసరించి మారుతుంది. తేలిగ్గా జీర్ణమయ్యేంత, భుక్తాయాసము, నిద్ర రానంత, తినగానే ఒళ్ళు బరువు లేకుండా పని చేసుకొనేంత 'లఘువు'గా ఉండే ఆహారమే 'యుక్తాహారం'. ఈ విషయాన్నే శ్రీమద్భాగవతం ఇంకొంచెం ఖచ్చితంగా క్లుప్తంగా, **"ప్రాణవృత్త్యైవ సంతుష్యే-**

న్మునిర్నైవేన్ద్రియప్రియైః!" అంటే, "మనన స్వభావము గల ముని శరీర నిర్వహణకు చాలినంత ఆహారంతో సంతుష్టి చెందాలి! ఇంద్రియాలకు ప్రియములైన (అంటే, జిహ్వాకు రుచికరములైన) పదార్థాలను చాపల్యంతో తినకూడదు" అని చెబుతున్నది. *"స్వల్పంగా తిను! ఒకటి రెండు పదార్థాలతో తృప్తిపడు! రుచులకు పోవద్దు!"* అన్న శ్రీసాయిబాబా ఉపదేశాన్ని 'పరిప్రశ్నాత్మకంగా' యోచిస్తే, యోచించి ఆచరిస్తే, ఇంకా ఎన్నో విషయాలు అవగతమౌతాయి!

అంతేకానీ, ఉపవాసాలు ఒక్కపొద్దుల పేరుతో రకరకాల ఫలహారాలు, 'టిఫెన్లు' ఆరగించడం, పండుగపబ్బాలలో దేవుడి పేరు చెప్పి నానారకాల నవకాయపిండివంటలు వండుకొని, అటు దేవుడికి 'చూపించి' ఇటు మెక్కడం (– ఆ పిండివంటలకు 'న్యాయం' చేయటానికా అన్నట్లు నైవేద్యం పెట్టేదాకా ఏమీ తినకుండా 'ఉపవాసం' ఉండి, కడుపు ఖాళీ చేసుకొని మరీ ఆయత్తమవడం –) . . . ఇదీ మనం మామూలుగా చూస్తున్న చేస్తున్న తంతు! *"జిహ్వారుచుల చేత జీవుండు చెడునయా"* అన్నట్లు వీటివల్ల జిహ్వాచాపల్యం పెరిగి చెడిపోవడం తప్ప వేరే ఫలితం లేదు! అయితే, అప్పుడప్పుడు ఉపవాసం ఉండడం ఆరోగ్యానికి మంచిదని, వైద్యశాస్త్రరీత్యా ఈ ఉపవాస నియమాన్ని సమర్థింపచూస్తారు కొందరు. నిజమే! పైన చెప్పిన విధంగా ఉపవాసాలుండి, తర్వాత నానాగడ్డీ తిని అజీర్తి తెచ్చుకున్నవారికి, *'లంఖణం పరమౌషధం'* కాక మరేమవుతుంది? నిజానికి *"హితం భుంజాన్మితం భుంజ్యాత్, నభుంజ్యాద మితం హితం"* – అంటే, 'హితమైన పదార్థాలనే తినాలి. అవైనా మితంగానే తినాలి. హితమైనవే అయినా అమితంగా తినరాదని' ఆయుర్వేదం ఘోషిస్తున్నది. అంతేకాదు! దీర్ఘకాల ఉపవాసాలుండటంవల్ల శరీరంలో ధాతువైషమ్యం కలిగి, దేహారోగ్యం దెబ్బతినడమే గాక, క్రమంగా ఎన్నో మనోవికారాలకు దారి తీస్తుందని వైద్యశాస్త్రం కూడా హెచ్చరిస్తున్నది. ఎన్నోరకాల 'క్యాన్సర్'లకు

– ముఖ్యంగా 'బ్లడ్‌క్యాన్సర్' (leukemia) కు దారితీసే ప్రధాన కారణాలలో ఆకలిని చంపుకోవడం (suppression of hunger) ఒకటని ఆధునిక వైద్యశాస్త్రం వక్కాణిస్తున్నది.

ఈ ఉపవాసాలు, జాగరణలు, వ్రతాలు మొదలయిన తంతులకు, ఈనాటి ఆధ్యాత్మికతకు ఎంత బ్రహ్మముడి పడివున్నదంటే, వాటిని మరల్చడం, వదల్చుకోవడం ఒక బ్రహ్మాయజ్ఞమే! అందుకే వేమనయోగి వంటి మహాత్ములు, *"ఒక్క పొద్దులుండి వరము చెందెదమంచు। రెండిచత్తురు మాలబండ జనులు"* అనీ, *"ఒక్కపొద్దుచేత బ్రక్కలెండు గానీ చిత్తమెల్ల గురుని చేరబోదు"* అనీ, నయాన చెప్పి చూచారు; *"కూడు పెట్టకున్న గుక్షిలో జఠరాగ్ని। భక్షణంబు చేయు కుక్షిమలము। కూడు విడచి మలము కుడుచురా వుపవాసి"* అని ఈసడించారు. అప్పటికీ నయాన విననివారికి, *"ఒక్కపొద్దులున్న ఊరపందిగ పుట్టు!"* అంటూ భయాన చెప్పజూసారు – మనకర్థమయ్యే మన భాషలో! సరి! ఇక, శ్రీసాయిబాబా ఉపవాసదీక్షల గూర్చి యేం చెప్పారో చూద్దాం!

శ్రీమతి గోఖలే తన మిత్రురాలైన శ్రీమతి కాశీబాయి కానీట్కర్ ద్వారా శ్రీసాయిబాబా గురించి విని, బాబా దర్శనం కోసం శిరిడీ బయల్దేరింది. అక్కడ తన బస కోసం శిరిడీలో నివాసముండే దాదాకేళ్కర్ అనే భక్తునికి తనను పరిచయంచేసే ఉత్తరాన్ని కూడా తన స్నేహితురాలి నుండి తీసుకుంది. బయలుదేరేముందు తాను శిరిడీ చేరగానే బాబా సన్నిధిలో మూడురోజుల పాటు ఉపవాసదీక్ష చేయాలని నిర్ణయించుకుంది. శిరిడీలో సరిగ్గా అదే సమయానికి బాబా తన ప్రక్కనే ఉన్న దాదాకేళ్కరుతో *"నా బిడ్డల్ని నేను పస్తుండనిస్తానా? వాళ్లు ఉపవాసం ఉంటామంటే నేను ఒప్పుకోను!"* అన్నారు. హఠాత్తుగా బాబా తనతో అలా ఎందుకంటున్నారో దాదాకేళ్కరుకు అర్థం కాలేదు. ఆ మరుసటిరోజే శ్రీమతి గోఖలే శిరిడీ చేరి, దాదాకేళ్కర్ ఇంటికెళ్ళి

తనను పరిచయం చేసుకొని, అక్కడే బస ఏర్పాటు చేసుకుంది. ఆ తర్వాత బాబా దర్శనం కోసం మసీదుకెళ్ళింది. బాబాకు నమస్కరించి కూర్చొనగానే బాబా తనంతటతానే ఆమెతో, ***"అమ్మా, ఈ ఉపస్సు (ఉపవాసం) తపస్సులతో అవసరం ఏమిటి? మనం దాదా ఇంటికి పోయి చక్కగా పూరన్ పోళీలు అవీ చేసుకొని దాదాకు, దాదా పిల్లలకు పెట్టి మనమూ తిందాం!"*** అన్నారు. శ్రీమతి గోఖలే మసీదు నుండి దాదాకేల్కర్ ఇంటికెళ్ళేసరికి, అప్పుడే దాదా భార్య 'బయట చేరడం'తో సమయానికి వంట చేసేవారు లేక, ఎలాగా అని ఆలోచిస్తున్నారు. శ్రీమతి గోఖలే తాను వంట చేస్తానంటే, ఇంటికొచ్చిన అతిథి చేత వంట చేయించుకోవడం ఉచితం కాదని దాదా సంకోచించాడు. అప్పుడు శ్రీమతి గోఖలే తాను శిరిడీ బయలుదేరడానికి ముందు సంకల్పించుకున్న ఉపవాసదీక్ష, అంతకు కొద్దిసేపు ముందు బాబా తనకు చేసిన ఉపదేశం. . . అన్నీ కేల్కర్‌కు వివరించింది. ఆ ముందు రోజు బాబా తనతో అన్న మాటల అర్థం అప్పుడుగాని దాదాకేల్కర్‌కు బోధపడలేదు. శ్రీమతి గోఖలే వంట చేసి, దాదా కుటుంబానికి వడ్డించి, తానూ తిన్నది. బాబా ఆదేశానుసారం తను సంకల్పించిన ఉపవాసదీక్షకు స్వస్తి చెప్పింది.

ప్రత్యేక ఆధ్యాత్మికసాధన-దీక్ష లేని సామాన్య భక్తులకు 'ఉపస్సు-తపస్సు' బాబా వద్దన్నారేగానీ, తీవ్రసాధనలో ఉండే సాధకులకు మాత్రం ఉపవాసాది దీక్షలు తప్పనిసరేమో – అని భావించడానికి కూడా వీలులేదు! ఎందుకంటే, సంసారబంధాలు త్యజించి, శిరిడీలోనే నివాసముంటూ, ఆధ్యాత్మికసాధనలో నిమగ్నమైవున్న కాకాసాహెబ్ దీక్షిత్ అనుభవమే తీసుకుందాం. ఏకభుక్తం ఉంటూ, నియమంగా రాత్రిళ్ళు ఆహారం తీసుకోవడం మానాలని సంకల్పించుకున్నాడు శ్రీదీక్షిత్ ఒకసారి. అలా అనుకొని మసీదుకెళ్ళగానే బాబా, ***"కాకా, రాత్రికి మామూలుగా భోజనం తయారుచేసుకొని తిను!"*** అన్నారు. దాంతో, దీక్షిత్ తాను పెట్టుకున్న

ఉపవాసనియమానికి తిలోదకాలిచ్చాడు. అంటే ఆధ్యాత్మికసాధనలో భాగంగానైనా సరే ఉపవాసనియమాన్ని బాబా ససేమిరా ఆమోదించలేదని స్పష్టమవుతున్నది. శ్రీఉపాసనీ మహరాజ్ వృత్తాంతం ఈ అంశాన్ని ఇంకా స్పష్టం చేస్తుంది.

ప్రత్యక్షసాయిభక్తులందరిలోతీవ్రతపస్వీగా,మహాసిద్ధపురుషునిగా ఓ సద్గురుమూర్తిగా వేలాదిమందిచే ఆరాధింపబడుతున్న మహనీయుడు శ్రీఉపాసనీ మహరాజ్. ఆయన 1911లో బాబాను దర్శించినప్పుడు, బాబా ఆయనను నాలుగుసంవత్సరాలు శిరిడీలో ఉండమని ఆదేశించారు. అలా చేస్తే ఉపాసనీకి పరిపూర్ణసిద్ధి లభిస్తుందని కూడా బాబా హామీ ఇచ్చారు. మరి ఆ నాలుగేళ్ళ కాలంలో తాను చేయవలసిన ఆధ్యాత్మికసాధనలు ఏమిటని అడిగాడు శ్రీఉపాసనీ. దానికి బాబా, *"ఏమీ చెయ్యనక్కరలేదు! రొట్టె, కూర తిని ఊరక కూర్చుంటే చాలు! మిగిలిందంతా నేను పూర్తి చేస్తాను"* అని అన్నారు. బాబా కేవలం *"ఊరక కూర్చో!"* అని చెప్పడంతో బాటు, *"రొట్టె, కూర తింటూ ఊరక కూర్చో!"* అని ఆహార విషయం ప్రత్యేకంగా నొక్కి చెప్పడం గమనార్హం. బాబా అలా ఆహారం విషయం నొక్కి చెప్పడానికి రెండు కారణాలను మనం ఊహించవచ్చు. ఉపవాస తపవాసాలపట్ల బాబాకున్న నిరసన భావం మొదటిది; రెండవది, బాబా అభిమతానికి వ్యతిరేకంగా ఆ తరువాత శ్రీఉపాసనీ చేసిన 'నిరాహార దీక్షను', దానివల్ల ఆయనకు కలుగబోయే నష్టాన్ని బాబా తనదైన శైలిలో ముందుగానే సూచించి హెచ్చరించడం! శిరిడీలో కొందరు సాయిభక్తులు నిర్వహిస్తున్న భోజనశాలలో మొదట భోజనం చేసేవాడు శ్రీఉపాసనీ. కానీ, కొంతకాలం గడిచాక ఆ భోజనశాల నిర్వాహకులకు శ్రీఉపాసనీకి మధ్య ఏవో మనఃస్పర్థలు కలిగాయి. భోజనశాల నిర్వాహకులు తనను అవమానం చేసారని వారిపై కినుకతో భోజనం మానేసి పస్తులుండటం ప్రారంభించాడు శ్రీఉపాసనీ. సాటి సాయిభక్తులు ఎంత నచ్చచెప్పజూసినా, స్వయంగా బాబానే ఎన్నోసార్లు

చెప్పినప్పటికీ శ్రీఉపాసనీ తన ఉపవాసదీక్షను విరమించలేదు. ఆ నిరశన వ్రతాన్ని దైవం నిర్ణయించిన ఒక తపోదీక్షగా భావించి మొండిగా మూర్ఖంగా కొనసాగించాడు. శ్రీఉపాసనీ తనకై తాను విధించుకున్న కఠిన ఉపవాసదీక్షను చూచిన గ్రామస్థులు ఆయనను "ఉపవాసీ బాబా" అని పిలిచేవారు. దీర్ఘకాలం కఠిన ఉపవాసాలవల్ల శ్రీఉపాసనీ దేహారోగ్యమేగాక మానసిక స్వస్థత కూడా దెబ్బతిన్నది; 1913 ఏప్రిల్‌లో చాలా ప్రమాదకరంగా పరిణమించింది కూడా. శ్రీసాయిఅనుగ్రహవిశేషము మార్గదర్శకత్వము లేనట్లయితే శ్రీఉపాసనీ శాశ్వతంగా పిచ్చివాడై అలానే మరణించి ఉండేవాడేమో! శ్రీఉపాసనీని ఆ ప్రమాదస్థితి నుండి తప్పించి, స్వస్థత చేకూర్చడానికి శ్రీసాయి తమ దివ్యశక్తితో ఏం చేసారో మనకు అగోచరం. శ్రీఉపాసనీ స్వస్థుడవడానికి బాహ్యంగా మాత్రం బాబా చేసిన చికిత్స, ఇచ్చిన 'ఔషధం' మాత్రం – ఆహారం!

శాశ్వతమైన ఆత్మానందాన్ని పొందేందుకు క్షణికమైన ఇంద్రియ సుఖాలనన్నింటిని త్యజించి 'అనిత్యమైన' దేహాన్ని రకరకాల క్లేశాలకు గురిచేయడమే 'తపస్సు'ని చాలామందికున్న అవగాహన. శరీరాన్ని ఎంత ఘోరంగా కష్టపెడితే అది అంత 'ఉగ్రతపస్సు' క్రింద లెక్క! నిజానికి మొదట్లో 'తపస్సు' అనే పదానికి ఈనాటి మన వ్యవహారంలో మనకు స్ఫురిస్తున్న పైన చెప్పిన అర్థం లేదు! 'తపస్సు' అనే పదం 'తప్' అనే ధాతువు నుండి పుట్టింది. 'తప్' శబ్దానికి 'కాల్చుట', 'వేడి', 'తపన' అని అర్థాలున్నాయి. ***"స తపో తప్యత"***. ఆ వేడి ఎటువంటి వేడి? ఏదో ఒక కార్యాన్ని సాధించాలని ఆతురపడే వ్యక్తి అంతరంగంలో ఆలోచనల ఒరిపిడి నుండి పుట్టే వేడి; మంత్రోచ్చాటన చేస్తూ హోమాగ్ని ముందు కూర్చుని ఉన్న యజ్ఞదీక్షితుడు అనుభవించే వేడి; ఆత్మసాక్షాత్కారం కోసం తపించే సాధకుని తీవ్ర హృదయ సంవేగం నుండి బయల్పడే వేడి; భగవత్సాక్షాత్కారం కోసం అనన్య ప్రేమ జ్వరంతో పరితపించే భక్తుని విరహాగ్ని నుండి ఉద్భవించే వేడి; చిత్తవృత్తులను నిరోధించి తీవ్రధ్యానయోగ తత్పరుడైన యోగి యొక్క ప్రాణాగ్ని నుండి

ప్రభవించే వేడి; 'తపః' శబ్దం తెలియజెప్పే వేడి – అటువంటి వేడి! అటువంటి వేడిని (ఉత్తేజాన్ని) సాధకునిలో పుట్టించేది, ఆ వేడితో వ్యక్తి హృదయంలోని దుఃఖకారకాలైన మలినవాసనలను మండించి మసిచేసే మార్గమే ఆధ్యాత్మిక మార్గం! అందుకే దానిని తప్తమార్గమన్నారు!

కానీ, కాలాంతరంలో యీ 'తపస్సు' లోని 'వేడి' 'వాడి' అంతరించి, నానారకాల ఉపాయాలతో శరీరాన్ని బాధించి తపింపచేయటమే 'తపస్సు' అనే భావం పాదుగొల్పుకొన్నది. అలాంటి ఆత్మహింసాకరమైన సాధనాలలో శరీరాన్ని ఆకలితో అలమటింపచేయటం ఒక ప్రధాన 'తపస్సు'గా తయారైంది. "*వ్రతోపవాస నియమైః శరీరోత్తాపనం తపః*" – అని కొన్ని గ్రంథాలు తపస్సును నిర్వచించాయి. మొదట్లో యీ ఉపవాసమనే 'తపస్సు'ను ఏదైనా నేరంగానీ, పాపంగానీ చేసిన వ్యక్తికి ప్రాయశ్చిత్తకర్మగా (– అంటే, శిక్షగా) ధర్మశాస్త్రగ్రంథాలు విధించాయి.[1] ధర్మశాస్త్రగ్రంథ పరిభాషలో 'తపస్సు' అనేది ప్రాయశ్చిత్తానికి పర్యాయపదం. ఉదాహరణకు యాజ్ఞవల్క్య స్మృతి ఇటువంటి ప్రాయశ్చిత్త రూపమైన తపస్సును నిర్వచిస్తూ ఇలా అంటున్నది:

"విధినోక్తేన మార్గేణ కృచ్ఛ్రచాంద్రాయ నాదిభిః
శరీర శోషణం ప్రాహుః తపసాం తపముత్తమం!!"

– అంటే, 'శాస్త్ర ప్రతిపాదితమైన మార్గాన్ననుసరించి కృచ్ఛ చాంద్రాయణాదుల[2] ద్వారా శరీరమును శోషింపజేయటము ఉత్తమమయిన తపము' అని అంతేకాదు! 'ఉప' అంటే 'తిరిగి వెనక్కురావడమ'నీ, 'వాస'మంటే 'జీవితం గడపడమ'నీ, ఉపవాసమంటే పాపం చేసినందువల్ల మలినమైన జీవితం నుండి వెనక్కు మరలి, పవిత్ర జీవితం గడపడమని, 'ఉపవాస' పదానికి పురాణోక్తమయిన నిర్వచనం.

ఆధ్యాత్మికవిద్యపై అగ్రవర్ణాల గుత్తాధిపత్యం, వర్ణవిభేదాలు, కులవైషమ్యాలు పెచ్చుమీరిన కాలంలో రచింపబడిన కొన్ని గ్రంథాలలో

స్త్రీ శూద్రులకు వేదాధ్యయనము మొదలయిన ఆధ్యాత్మికవిద్యలు నిషేధింపబడ్డాయి. ఆ గ్రంథకర్తల దృష్టిలో స్త్రీ శూద్రులు 'పాపయోనులు', అపవిత్ర శరీరులు! పూర్వజన్మలో వారు చేసిన పాపాల ఫలితంగా అలా నీచజన్మలను పొందినవారు! కనుక వారు పవిత్రులవడానికి పాపపరిహారార్థం పాటించే ప్రాయశ్చిత్తవిధులే వారికి సరైన తరుణోపాయాలుగా నిర్ణయించి, ఆ ఉపవాసాది శిక్షలనే వ్రతాలపేర వారు చేయదగిన (అర్హమైన) ఆధ్యాత్మిక సాధనలుగా విధించారు. క్రమేణా ప్రజాబాహుళ్యంలో తాము పాపకర్ములమనే 'పాపాత్మభావన' పెరగడం వల్ల కాబోలు, యీ ఉపవాసం వంటి (ప్రాయశ్చిత్త) వ్రతాలకు అన్ని వర్గాలలోను ఆదరణ పెరిగి ఈనాడు సార్వజనీనంగా అవి ఉత్తమ ఆధ్యాత్మికసాధనాలుగ ప్రాచుర్యం పొందాయి. కానీ, యీ విధమైన ఆత్మహింసాకర ప్రవృత్తులను, ప్రక్రియలను మహాత్ములే కాదు, ఉత్తమ ఆధ్యాత్మికగ్రంథాలు కూడా ఎప్పటికప్పుడు నిరసించి ఖండిస్తూనే వచ్చాయి.

"జడాస్తమ పోభిః శయన్తిదేహం, బుధామనశ్చాపి వికారహేతుం।
శ్వాముక్త మస్త్రదళతీతి కోపాత్, క్షేప్తార ముద్దిశ్య హనస్తి సింహః॥"

– అంటే, 'జడబుద్ధులు (మూర్ఖులు) శారీరక తపస్సుచే (ఉపవాసాదులచే) తమ శరీరమును కృశింపచేసుకొంటారు. బుద్ధిమంతులు సర్వవికారములకు కారణభూతమైన మనస్సును శమింపచేస్తారు.

---

[1] ఉదాహరణకు, చూ. గౌతమ ధర్మసూత్రములు, 27,16; వశిష్ఠ ధర్మశాస్త్రము, 23,47; విష్ణుస్మృతి, 50,30; ఆపస్తంబధర్మ సూత్రములు, 1,9,27,3; మనుధర్మశాస్త్రము, 11-215.

[2] చాంద్రాయణ వ్రతమంటే చాంద్రమాసంలోని శుక్లపక్షంలో మొదటిరోజున ఒక్క ముద్ద (పిడికిలిలో పట్టేంత) మాత్రమే ఆహారం తీసుకొని, రెండవరోజు రెండు ముద్దలు, మూడవరోజు మూడు ముద్దలు, . . . ఇలా పెంచుకుంటూ పోయి, పౌర్ణమి మరుసటిరోజునుండి, అంటే కృష్ణపక్షంలో రోజుకొక్క ముద్దచొప్పున తగ్గిస్తూ, అమావాస్యనాడు పూర్తిగా నిరాహారంగా ఉండటం. ఇటువంటివే కృచ్ఛము, పరాకము, సాంతపనము, ప్రజాపత్యము మొదలయిన ఉపవాసవ్రతాలు. పాపపరిహార్థం చేసే ప్రాయశ్చిత్త విధులుగ ధర్మశాస్త్రగ్రంథాలలో ఇవి వివరింపబడి ఉన్నాయి.

కుక్కను కర్రతో కొడితే ఆ కుక్క కసి తీర్చుకోవడానికి ఆ కర్రను కరుస్తుంది; అదే సింహమైతే కోపంతో ఆయుధాన్ని ప్రయోగించిన వానిపై ఉరికి, వానినే చంపుతుంది'.

"అహింసా సత్యవచనం అన్ృశంస్యం దమోఘృణా।
ఏతత్తపో విదుర్ధీరా న శరీరస్య శోషణమ్॥"

– 'అహింస, సత్యము పలకడము, ఇతరులకు దుఃఖము కలిగించే పనులు చేయకుండడము, దమము, దయ ఇవియే తపములని విజ్ఞులు చెప్తారు; శరీరాన్ని శోషింపచేయడం తపస్సు కానేకాదు'.

"దేహ దండణ మాత్రేణ కాముక్తి రవివేకినామ్।
వల్మీక తడానాద్దేవి మృతః కిం సుమనోరగః॥
మాసపక్షోపవాసేన మన్యన్తేయే తపోజనాః॥
ఆత్మతన్తూప ఘాతాస్తే న తపస్ల తతాం మతం॥"

– అంటే, 'శరీరాన్ని కష్టపెట్టినంత మాత్రాన ఆ అవివేకికి ముక్తి లభిస్తుందా? పుట్టపైన కొట్టినంత మాత్రాన ఆ పుట్టలోని పాము చస్తుందా? . . . మాసం, పక్షము రోజులు ఉపవాసము ఉండటమే తపస్సు అని కొందరనుకుంటారు. (నిజానికి అలా చేయడం వల్ల) వారు తమ ఆత్మతంతువును నశింపచేసుకుంటున్నారు. సత్పురుషులు దానిని తపస్సుగా అంగీకరించరు'.

అందుకే సత్పురుషశ్రేష్ఠుడైన శ్రీసాయినాథుడు కూడా ఇలాంటి 'ఉపవాస తపవాసాలను' అంగీకరించలేదు. హఠంతో (–అంటే, మొండిగా) దేహాన్ని వివిధ క్లేశాలకు గురిచేసి చేసే సాధన హఠయోగాభ్యాసానికి చెందిందని సామాన్యంగా అనుకోవడం కద్దు. కానీ, అది కేవలం అవగాహనా లోపం వల్ల కలిగిన దురూహ మాత్రమే. ఉదాహరణకు ప్రామాణిక హఠయోగ శాస్త్రగ్రంథాలలో ఒకటైన ఘేరండ సంహిత ఆహార నియమాన్ని గూర్చి ఏం చెబుతున్నదో చూద్దాం:

"ఏకాహారం నిరాహారం యమాన్తేచ న కారయేత్॥"

– అంటే, 'ఒంటిప్రొద్దు భోజనం, మూడు గంటలకు మించి నిరాహారంగా ఉండడం (యోగాభ్యాసి) చేయరాదు' అని!

ఈ సందర్భంలో మరొక్క విషయం వివరించవలసిన అవసరం ఉంది. పరిపూర్ణులయిన మహాత్ముల చరిత్రలను పరిశీలిస్తే, వారు తమ జీవితంలో ఏదో ఒక దశలో దేహాన్ని కఠిన శ్రమలకు గురి చేసి, ఎంతోకాలం తీవ్ర 'తపస్సు'లో నిమగ్నమైనవారనే విషయం గోచరిస్తుంది. ఎవరి మాటో ఎందుకు? ఉదాహరణకు శ్రీసాయిచరిత్రనే తీసుకొందాం. ఒకసారి ఒక సాధకుడు సమయానికి సరైన భోజనం లభించలేదని సతమతమౌతుంటే, అతనితో బాబా మందలింపుగా ఇలా అన్నారు: *"ఒక్కపూట తిండి దొరకనందుకే అంత ఆరాటపడతావేం? నేను కొన్ని మాసాలపాటు భోజనం లేకుండా కేవలం 'కాలాటెక్కల్' ఆకులు, వేపాకు తిని గడిపాను. వీసమెత్తు కండన్నమాట లేకుండా దేహం మొత్తం ఎముకల ప్రోగులా తయారైంది. ఆ ఎముకలు కూడా ఎప్పుడు ఊడిపోయి రాలిపోతాయా అన్నట్లుండేవి. అయినా, నా శరీరం నుండి ప్రాణాలు మాత్రం పోలేదు. దయామయుడైన ఆ భగవంతుని సంకల్పం అలా ఉంది!"*

అయితే బాబా వర్ణించిన 'స్థితి' సామాన్య సాధకులు ప్రారంభంలోనే 'అనుకరించ'దగిన ఆదర్శం కాదు. బాబావలె నెలల పర్యంతం కేవలం వేపాకులు తిని జీవించడం సామాన్యులకు అసలు అసాధ్యమైన కార్యం. ఆత్మజ్ఞానోదయమయిన వెంటనే, హృదయకుహర కవాటాలను బ్రద్దలు కొట్టుకొని పొంగిపొరలే ఆత్మానంద రసానుభూతిలో, దేహస్ఫురణ కూడా కొట్టుకుని పోయినప్పటి పరిస్థితి వారిది! ఆ స్థితిలో ఆహార సేకరణ వంటి దేహావసరాలను పట్టించుకోవడం అసాధ్యమవుతుంది. ఆ దశ వైరాగ్యంతో ఆ మహాత్ములు వారికై వారు స్వచ్ఛందంగా విధించుకొన్న నియమం కాదు. ఆ స్థితిలో సహజంగా కలిగే అనివార్య పరిణామం.

ఈ విషయాన్ని సందేహాలకు తావు లేకుండా ఇంకొంచెం వివరంగా తెలుపుతున్నది భగవాన్ శ్రీరమణమహర్షి అనుభవం. అరుణాచలం చేరిన మొదటి రోజుల్లో ఎంతో కాలం దేహస్ఫురణను కూడా విస్మరించి ఆత్మానందంలో అంతర్ముఖుడై ఉండిన మహర్షి అప్పటి తమ 'స్థితి'ని గూర్చి తామే ఒకసారి స్వయంగా ఇలా చెప్పారు: "*ఇక్కడకు (అరుణాచలం) వచ్చిన మొదటిరోజుల్లో కళ్ళుమూసుకుని ఒకే ధ్యానంలో ఉంటే, రాత్రేదో పగలేదో తెలిసేది కాదు. ఎప్పుడైనా కళ్ళు తెరిచి చూస్తే, అప్పుడే ప్రొద్దుకూకిందా? తెల్లవారిందా? అనిపించేది. ఆహారం లేదు, నిద్ర లేదు. విహారం ఉంటే ఆహారం కావాలి. ఆహారం ఉంటే నిద్ర వస్తుంది. విహారం లేకుంటే ఆహారం వద్దు. ఆహారం లేకుంటే నిద్రరాదు. ప్రాణాధారంగా ఏ స్వల్పాహారమో కుక్షిలో పడితే చాలు. నాకంతే అయ్యేది. కళ్ళు తెరచినప్పుడు ఎవరో ఒకరు ద్రవరూపంలో ఏదో ఒకటి ఒక గ్లాసు ఆహారమిచ్చేవారు. అంతే! అయితే ఒకటి. ఒకే నిర్వికల్ప నిష్ఠలో ఉన్నప్పుడే తప్ప, మనస్సు, శరీరం వ్యవహారార్థం ఉపయోగించినపుడు ఆహారనిద్రలు విసర్జించుటకు వీలు కాదు. అట్లాచేస్తే శరీరం తూలుతుంది. . . . అందువల్ల మిత సాత్వికాహార విహార నియతి ఆత్మోన్నతికి అత్యంతావశ్యకమని చెప్పవలసి ఉన్నది. . . . అంటే, ఆహారనిద్రలు అసలు మానడం మంచిది కాదు. అతిగానూ ఉండకూడదన్నమాట!*"

హఠాత్తుగా ఆ మహాత్ములలో వరదలా పొంగిన దివ్యభావావేశపు ఉధృతి తగ్గి, ఆ ఆత్మానందస్థితి వారికి సహజము, స్వాభావికము అయిన తరువాత, అటు శ్రీసాయిబాబాగానీ, ఇటు భగవాన్ శ్రీరమణమహర్షిగానీ, నిత్యం భిక్ష చేసి స్వల్పంగా భుజించేవారే తప్ప వారేనాడూ ఉపవాసం చెయ్యలేదు! అంతేకాదు! ఇక్కడ గమనించవలసిన విషయం మరొక్కటున్నది. అంతటి దేహవిస్మృతిని కల్గించే అంతర్ముఖావస్థలోనున్న మహాత్ములను కూడా జీవధర్మమైన 'ఆకలి' బహిర్ముఖులను చేసి, ప్రాణాధారంగా ఏ ఆకులో అలములో తినవలసిన అవసరాన్ని కలిగించింది. ఇక, సామాన్య సాధకుల

విషయం చెప్పాలా? రుచిని పట్టించుకోకుండా ఏదో ఒకటి తిని సాధన చేసుకోవాలి తప్ప, నిరాహారం నిషిద్ధం. అనర్థం కూడా!

"అత్యాహార మనాహారం నిత్యం యోగీ వర్జయేత్" – (యోగి ఎల్లప్పుడూ అత్యాహారాన్ని, నిరాహారాన్ని త్యజించాలి!) అన్న శృతి ఆదేశంలోని అర్థం ఇదే. అదే, భోజనం దొరకలేదని బాధపడుతున్న సాధకునికి బాబా చేసిన హితవులోని అంతరార్థం.

శ్రీసాయిబాబా ఉపవాసాలనెంత మాత్రం ఆమోదించకున్నా, ఎందరో సాయిభక్తులు బాబా పేర గురువారాలు, లేదా వారు అనుకొన్న (ఎన్నుకున్న) మరో రోజునో ఉపవాసాలుండటం పరిపాటి అయింది. శ్రీసాయిచరిత్ర-బోధనల పట్ల సరైన అవగాహన లేకపోవడమే దీనికి కారణం. గురువారాలు ఉపవాసాలుండటాన్ని గూర్చి బాబానే స్వయంగా ఏం చెప్పారో చూద్దాం!

శ్రీM.W. ప్రధాన్ అనే సాయిభక్తుడు ఒకసారి తన కుమారుడి పుట్టినరోజు సందర్భంగా శిరిడీలో షామా ఇంట్లో విందు ఏర్పాటుచేసి, సాటి సాయిభక్తులందరినీ ఆహ్వానించాడు. ఆ రోజు గురువారం కనుక తాను భోజనం చేయననీ అందువల్ల విందుకు హాజరు కాలేననీ ప్రధాన్‌కు క్షమాపణ చెప్పి, బాబా వద్దకు వెళ్ళాడు బాలాభాటే. భాటేను చూడగానే శ్రీసాయిబాబా, *"భావు (ప్రధాన్) యేర్పాటు చేసిన విందుకు వెళ్ళి భోంచేసావా?"* అని అడిగారు.

భాటే: "బాబా ఈ రోజు గురువారం!"

బాబా: *"ఓహో! అయితే ఏమిటట?"*

భాటే: "నేను గురువారాలు భోజనం చెయ్యను. అది నా నియమం!"

బాబా: *"ఎవరి ప్రీతి కోసం ఈ నియమం పెట్టుకున్నావు?"*

భాటే: "మీ ప్రీతి కోసమే!"

బాబా: *"అయితే నేనే చెబుతున్నాను. పో! పోయి భావుతో పాటు భోజనం చేయి!"*

అప్పటికే సాయంత్రం నాలుగయింది. అయినప్పటికీ ప్రధాన్‌ను కలుసుకొని, బాబా ఆజ్ఞ గురించి చెప్పి భోజనం చేసాడు శ్రీభాటే.

తన ప్రీతికోసమని గురువారం తదితర దినాలలో ఉపవాసం ఉండటాన్ని బాబా అంగీకరించకపోయినా, కనీసం అనూచారంగా వస్తున్న ఏకాదశి, మహాశివరాత్రి వంటి పవిత్ర దినాలలో ఉపవసించడం మాటేమిటి? ప్రజాసంస్కృతిలో భాగంగా పాదుకొనిపోయిన అలాంటి ఆచారవ్యవహారాల పట్ల మతసాంప్రదాయాల పట్ల గౌరవంతో (తమకిష్టం లేకపోయినా) బాబా ఉపేక్ష వహించి ఊరుకొన్నారా? లేక, వాటినీ నిష్కర్షగా త్రోసిపుచ్చారా? – సరి! ఇప్పుడిక ఈ అంశాన్ని పరిశీలిద్దాం!

శ్రీసాయిని ప్రత్యక్షంగా సేవించిన భక్తులందరిలో బాబాతో అత్యంత చనువు, సాన్నిహిత్యం గల భక్తుడు శ్రీతాత్యాకోతేపాటిల్. బాబాతో సుమారు పదునాల్గు సంవత్సరాలపాటు రాత్రిళ్ళు మసీదులో నిదురించే మహదవకాశం పొందిన భాగ్యశాలి శ్రీతాత్యా. బాబా-తాత్యాల అనుబంధాన్ని చూచిన వారు తాత్యాను బాబా ప్రాణాధికంగా ప్రేమించేవారని అనుకొనేవారు. అటువంటి సన్నిహిత సాయిభక్తుడైన శ్రీతాత్యాకోతేపాటిల్ తన 'స్మృతులలో' ఇలా అంటారు:

"నేను ఏకాదశి, శ్రావణ సోమవారాలు, మహాశివరాత్రి మొ॥న పర్వదినాలలో తప్పక ఉపవసించేవాడిని. కానీ, ఉపవాసం వల్ల ఇటు ఐహికంగాగానీ, అటు ఆధ్యాత్మికంగాగానీ ఏమీ ప్రయోజనం లేదని బాబా అభిప్రాయం. ఆ పర్వదినాలలో నేనెంత ఉపవసించాలని యత్నించినా బాబా నా చేత ఏదో తినిపించి ఉపవాసాన్ని భంగం చేసేవారు. ఒక శివరాత్రినాడు నేను బాబాతో, 'బాబా, దయచేసి ఈ శివరాత్రి నాడైనా నా చేత ఏమి తినిపించకండి. నన్నీరోజైనా ఉపవాసం చెయ్యనివ్వండి!' అని అన్నాను. ***'తినరా! తిను! ఏం శివరాత్రి?'*** అన్నారు బాబా. ప్రక్కనే ఉన్న దాదాకేళ్కర్ కూడా బాబా చెప్పినట్లే చెయ్యమని, ఆయన మాటను ఉల్లంఘించవద్దని

హెచ్చరించాడు. నేనిక బాబా మాటకు అడ్డుచెప్పలేదు. ఆనాటి నుండి నేనే రోజునా ఉపవాసం చెయ్యలేదు".

శ్రీసాయి వంటి అద్భుత అవతారపురుషునితో అంతటి సాన్నిహిత్యం సాంగత్యం గల తాత్యావంటి ధన్యజీవులకు సామాన్య ఆధ్యాత్మిక నియమాలతో ఇక అవసరం ఏముంటుంది? కానీ, తాత్యా అంతటి భాగ్యానికి నోచుకోని సామాన్యభక్తులకు ఏకాదశి ఉపవాసం వంటి 'సదాచార' విధులను పాటించడం ఉత్తమం కదా? – అనే సందేహం కొంతమందికి కలుగవచ్చు! అటు సన్నిహిత భక్తులకైనా, ఇటు కేవలం సందర్శకులవంటి సామాన్య భక్తులకైనా ఉపవాసాది ఆచారాల విషయంలో బాబా తమ వైఖరిని నిర్ద్వంద్వంగానే ప్రకటించారు. శ్రీమతి గోఖలే అనుభవాన్ని ముందు తెలుసుకొన్నాం. శ్రీశాంతారాం నాచ్నే అనుభవం ఈ విషయాన్ని ఇంకా తేటతెల్లం చేస్తుంది.

శాంతారాం బల్వంత్ నాచ్నే తన మిత్రులైన శంకర బాలకృష్ణ వైద్య, అచ్యుత దాతేలతో కలిసి 1912 లో శిరిడీ సందర్శించాడు. బాబా సన్నిధిలో మూడురోజులున్నారు. వారు శిరిడీ చేరిన మరుసటిరోజు ఏకాదశి. వైద్య, దాతే ఛాందసభావాలు కలిగినవారు. ఏకాదశిరోజున భోజనం చెయ్యరు. నాచ్నేకు ఉపవాస నియమం లేకపోయినా తోటి మిత్రులను విడచి ఒక్కడే భోజనం చేయడం బాగుండదని, ఏమీ తినకుండా మశీదు చేరాడు. మధ్యాహ్నఆరతికి సమయం అయ్యింది. భక్తులందరూ మశీదు చేరుకుంటున్నారు. బాబా అప్పుడు నాచ్నేను పిలిచి *"భోజనం చేసావా?"* అని అడిగారు. నాచ్నే 'లేదని' చెప్పాడు.

బాబా: అయితే వెళ్ళి భోంచేసిరా!

నాచ్నే: బాబా! ఈ రోజు ఏకాదశి!

బాబా: (నాచ్నే మిత్రులిద్దరినీ చూపుతూ) *"వీళ్ళు పిచ్చివాళ్ళు, నీవు సాఠేవాడాకు పోయి భోజనం చేసిరా!"* అన్నారు.

బాబా ఆజ్ఞప్రకారం నాచ్నే సాఠేవాడాకు వెళ్ళి అక్కడ భోజనశాలను నిర్వహిస్తున్న బాలాభావ్ అనే భక్తుని భోజనం పెట్టమని అడిగాడు. ఏకాదశినాడు కూడా నాచ్నే తిండి కోసం కొట్టుకుంటున్నాడని విసుక్కుంటూ, ఆరతి అయిందాకా భోజనం పెట్టనని చెప్పి, బాలాభావ్ ఆరతికి మసీదుకు వెళ్ళాడు. అతని వెనుకనే నాచ్నే కూడా మసీదు చేరాడు. నాచ్నేను చూడగానే బాబా, *"భోజనం చేసావా?"* అని అడిగారు. నాచ్నే జరిగిందంతా చెప్పకుండా, "బాబా, ఆరతి వేళ అయింది కదా! ఆరతి అయిన తర్వాత భోజనం చేస్తాను" అని సర్ది చెప్పబోయాడు. కానీ బాబా పట్టుదలగా, *"నీవు భోజనం చేసిన తర్వాతనే ఆరతి మొదలవుతుంది. అంతవరకు ఆరతి ఆగుతుందిలే! నీవు పోయి భోజనం చేసిరా!"* అని అన్నారు. అక్కడే ఉన్న బాలాభావ్‌కిక నాచ్నేకి భోజనం వడ్డించక తప్పలేదు. నాచ్నే భోజనం చేసి మసీదుకు వచ్చిన తర్వాతనే ఆరతి ప్రారంభమయ్యింది. అదే సమయానికి మౌసీ అనే వృద్ధభక్తురాలు బాబాకు తాంబూలం *(బీడా)* సమర్పించింది. బాబా ఆ తాంబూలం నాచ్నేకిచ్చి వేసుకోమన్నారు. ఏకాదశినాడు తాంబూల చర్వణం నిషిద్ధం. అందుకని నాచ్నే కొంచెం ముందువెనుకాడుతుంటే, *"సందేహించకు, ఊఁ! వేసుకో!"* అన్నారు బాబా. నాచ్నే బీడా వేసుకున్నాడు. ఆ విధంగా ఏకాదశినాడు భోజనమేకాకుండా, తాంబూలసేవనం కూడా చేయించి, అర్థంలేని ఆచారాలు వ్యర్థమని తమ ప్రత్యేక పంథాలో ఉపదేశించారు బాబా.

ఏకాదశి నియమం లేని నాచ్నేను భోజనం చేయమన్నారు కానీ, ఆ నియమం ఉన్న నాచ్నే మిత్రులను భోజనం చేయమని బాబా చెప్పలేదు. కనుక, ఈ నియమాలను బాబా గౌరవించినట్లేనని కొందరు బుద్ధిమంతులు వాదించవచ్చు. నాచ్నే మిత్రులిద్దరినీ బాబా భోజనం చెయ్యమని చెప్పకపోవడానికి కారణం – ఆ నియమాలపట్ల గౌరవం ఉండి కాదని వారినుద్దేశించి, *"వీరంతా పిచ్చివాళ్ళు"* అని బాబా అనడంలోనే తేటతెల్లమవుతుంది. పూర్వాచారపరాయణత్వమనే 'పిచ్చి' తలకెక్కిన

"పిచ్చివాళ్ళు" తాను భోజనం చేయమని చెప్పినా వినరని బహుశా వారిని వదిలిపెట్టి ఉండవచ్చు! ఎందుకంటే, ఆ వెంటనే జరిగిన సంఘటనే ఆ విషయాన్ని నిరూపిస్తుంది.

ఆరతి అయినవెంటనే ఒక మార్వాడీ బాలిక బాబా దగ్గరకొచ్చి ఏదైన పండు ఉంటే ఇవ్వమని అడిగింది. బాబా అప్పుడే నాచ్నే మిత్రుడైన దాతేతో, *"వెళ్ళి నీవు దాచుకున్న నారింజపళ్ళను తీసుకురా!"* అన్నారు. ఏకాదశి ఉపవాసం దృష్ట్యా మామూలు ఆహారానికి బదులుగా 'ఫలహారం' కోసమని కొన్ని నారింజ పండ్లు ప్రొద్దునే అట్టిపెట్టుకున్నాడు దాతే. కానీ బాబా ఆపళ్ళు తెమ్మని అడిగితే, అవి తాను ఏకాదశి ఫలహారం కోసం ఉంచుకున్నానని చెప్పి, ఆ పండ్లు ఇవ్వలేదు! బాబా కూడా అతణ్ణి మరి ఒత్తిడి చేయలేదు.

"గురువు సకల ధర్మాత్మ్మ"డని నమ్మి, అలా ఆచరించిన నాచ్నేకు విశేషంగా సద్గురు ప్రసాదం లభిస్తే, కరుడు కట్టిన సనాతన ఆచారాలు తలకెక్కిన ఛాందసునికి, ఒక పసిబిడ్డ కోసం శ్రీసాయియే స్వయంగా అడిగినా ఒక పండు కూడా సమర్పించుకోలేని 'సంస్కారం' మిగిలింది. సద్గురు కృపకు, శరణాగతికి మనను దూరం చేసే బూజు పట్టిన ఆచారాల బారి నుండి మనను ఆ సాయినాథుడే కాపాడుగాక! ❋

"ఎవరైతే నా గురించే చింతన చేస్తూ, నాకు నైవేద్యం పెట్టకుండా ఏమీ తినరో, వారికి నేను బానిసను"

-శ్రీసాయిబాబా

సత్సంగం

ఏదైతే 'ఉన్నదో' అదే సత్. తన ఉనికికి యే కారణం లేక, అన్ని కారణాలకు తానే కారణమైన సత్యమే 'సత్' అంటే. అదే సత్యం. ఆ సత్ పదార్థంతో అనుభవరూపమైన సాంగత్యంలో ఉండటమే 'సత్సంగం';

ఆ 'సత్'సాంగత్యానుభవం పొందేందుకు సదాసత్స్వరూపులైన మహాత్ములను లక్ష్యశుద్ధితో ఆశ్రయించి, వారి సన్నిధిలో అనాయాసంగా లభ్యమయ్యే ఆ సత్స్వరూపానందాన్ని అనుభవించడం 'సత్సంగం';

తత్త్వదర్శనులైన సత్పురుషుల యొక్క ప్రత్యక్ష సన్నిధి లభించనప్పుడు, ఆ సద్గురుమూర్తుల దివ్యసన్నిధిని ప్రసాదించగలిగిన వారి జీవిత చరిత్రలు – బోధనలను శ్రద్ధతో అధ్యయనం చేసి, ఆ అధ్యయనసారాన్ని మననం చేసి, దాన్ని హృదయగతం చేసుకొనడం కూడా 'సత్సంగమే'!

~ శ్రీబాబూజీ

సాయియోగంలో నిద్రానియమం

సర్వజీవులకు నిద్ర ఒక సాధారణ ధర్మం. కొందరిది మొద్దునిద్ర; మరికొందరిది మాగన్ను నిద్ర; కొంతమందిది కలతనిద్ర; ఇంకొంతమందిది సరిగా 'పట్టని' నిద్ర! కల్మషంలేని మనసుకు, కాయకష్టానికి వెరువని కాయానికి నిద్రకు కొదవుండదు. నిద్ర సోమరితనానికి నెచ్చెలి; అటు ఆధ్యాత్మికలక్ష్యాన్ని సాధింపబూనిన యోగసాధకునికి, ఇటు లౌకిక లాభాన్ని పొందగోరే కార్యసాధకునికి - ఇరువురికి - బద్ధకపు నిద్ర ఓ బద్ధశత్రువు!

ఎందరో కవులు నిద్రపై కవితలల్లారు. నిద్ర - మరణాలు రెండూ కవలలవంటివన్నాడో కవి. మృత్యువనే 'అసలు'కు నీడవంటి నకిలీయే నిద్రన్నాడింకో కవి. నిద్రలోని నిజతత్త్వాన్ని నిర్వచించడానికి నిర్నిద్రులైనారు కొందరు తాత్త్వికులు. అయితే, నిద్రయొక్క అసలు తత్త్వాన్ని ఆకళింపు చేసుకోవడం — ఆవులిస్తూ నిద్రపోయినంత — తేలికకాదు! ఎందుకంటే, నిద్రలోని 'అనుభవం' మఱపు; మెలకువ ఎఱుక! నిద్రలోని 'నిజం' నిద్ర మేల్కొనగానే మఱుగవుతుంది. నిద్ర యొక్క నిజతత్త్వాన్ని నిగ్గుదీయడమంటే, - అదొక ఎఱుక మఱపుల ఏరువాకే!

ఆహార నిద్రా భయ మైథునాలు జీవులకందరికీ సామాన్య ధర్మాలని, వాటిలో జీవుల మనుగడకు ఆధారమైన ఆహారం అత్యంత ప్రాథమికమని ముందు వ్యాసంలో చెప్పుకున్నాం. అయితే, బొత్తిగా ఆహారం లేకుండా కొన్ని వారాలపాటైనా మనగలమేమో గానీ, 'అస్సలు' నిద్రపోకుండా కొన్ని రోజులు కూడా ఉండటం అసాధ్యం!

51

ఆధ్యాత్మికసాధనలో ఆహారనియమం ఎంత అవసరమో నిద్రానియమం కూడా అంతే అవసరం. సామాన్యంగా ఆహారనియమంలో చూపినంత శ్రద్ధ, జాగ్రత్తలు సాధకులు నిద్ర విషయంలో చూపకపోవడం చూస్తాం. యోగశాస్త్రగ్రంథాలలో నిద్రను నియమించేందుకు ఎన్నో రకాలయిన పద్ధతులు చెప్పబడ్డాయి. అవి అన్నీ అందరికీ వర్తించవు. సాధకుని పరిపాకాన్ని బట్టి, గురువు నిర్ణయాన్ని బట్టి అనుసరించవలసినవి. కానీ, ఈ నియమాలన్నింటికి మూలసూత్రం మాత్రం - అతిగా నిద్రపోవడం, లేదా అసలు నిద్రలేకపోవడం కానీ గాక, మితంగా నిద్రించడం. అయితే ఈ మితానికి కొలబద్ద ఏమిటి? ఎంతసేపు నిద్రిస్తే మితం? ఎంత ఎక్కువయితే అమితం? ఇంతకుముందు ఆహారవిషయక చర్చలో వివరించినట్లు, ఈ 'పరిమితి' సాధకుని సంస్కారం, పరిణతి, వయస్సు, చేసేపని, దేహారోగ్యం, మానసిక స్థితి మొ॥న అంశాలమీద ఆధారపడి ఉంటుంది. ఏ విధమైన ప్రాపంచిక వ్యాపకాలూ లేకుండా, పూర్తిగా ఆధ్యాత్మికసాధనలో నిమగ్నమయిన సాధకునికి ఒకటి, రెండు గంటల నిద్ర సరిపోతే, సామాన్య సాధకులకు సుమారు నాలుగు గంటల నిద్ర సరిపోతుందని మహాత్ముల మాట! అందుకే సామాన్య గృహస్థుకు మూడు సంధ్యలలో - ప్రొద్దున మధ్యాహ్నం సాయంత్రం - జపధ్యానాలను విధిస్తే, సన్యాసి మాత్రం అర్థరాత్రిలో నాల్గవ సంధ్య కూడా చేయాలని సంప్రదాయం. 'ఎంత' నిద్ర సరిపోతుంది అనేదానికి 'ఇంత' అని నిర్దిష్టంగా చెప్పడానికి వీలులేకపోయినా, స్థూలంగా ఒక మార్గదర్శక సూత్రాన్ని మాత్రం చెప్పవచ్చు. ఒకసారి నిద్రపట్టాక, మనోదేహాలకు అవసరమైన విశ్రాంతి లభించగానే, ఒక్కక్షణం మెలకువ కలుగుతుంది. సామాన్యంగా నిద్రమత్తు వల్ల దాన్ని మనం గుర్తించకుండా తిరిగి నిద్రలోకి జోగిపోతాం! ఆ మెలకువ పొందిన క్షణాన్ని గుర్తించాలని గట్టిగా సంకల్పం చేసుకొని పడుకుంటే, క్రమంగా నిద్ర సరిపోగానే సహజంగా కలిగే ఆ మెలకువ స్థితి స్పష్టమవుతుంది. అలా మొదటిసారి సహజంగా మెలకువ

రాగానే, మళ్ళీ బద్ధకంతో నిద్రలోకి జారిపోకుండా వెంటనే లేచేయాలి! అలా చెయ్యడం అటు దేహారోగ్యానికి, ఇటు మానసికంగా చురుకుగా ఉండడానికి ఎంతో దోహదకారి.

బుద్ధుడు శ్రావస్తిలో మాద్గల్యాయునుడనే శిష్యునికి చేసిన శిక్షణావిధానం యొక్క బోధనలో ఇలా అంటాడు.

"మెలకువను పొంది జీవించు! దినంలో నువ్వు కూర్చుని వున్నా నడుస్తున్నా మరేమి చేస్తున్నా సరే, నిన్ను కలవరపరచే విషయాన్ని నీ హృదయం నుండి తొలగించివేయి. రాత్రికాలంలో కూడా హృదయాన్ని క్షాళన చేసుకుంటూ ఉండు. కుడివైపు తిరిగి పడుకో. ఒక కాలుపై మరొక కాలు ఆనించి పడుకో! శాంత మనస్సు కలిగి ఉండు. స్వస్థుడవై ఉండు. క్రియాశీలతకు దోహదంచేసే ఆలోచనలకే మనసులో తావివ్వు! రాత్రి గతించి మెలకువ కలుగుతూ ఉండగా, లేచి కూర్చో! హృదయాన్ని వ్యాకులపరచే విషయాలను తొలగించుకో. లేచి అటుఇటు కొంతసేపు నడువు! ఇది నిద్రకు సంబంధించిన పాఠం."

శ్రీరామకృష్ణ పరమహంస తన శిష్యులచేత రాత్రంతా యోగ సాధనలు చేయించి, అవసరమైనంత వరకు పగలు ఒకటి రెండు గంటలు నిద్రకు అనుమతించేవారు. శ్రీసాయిబాబా కూడా మహల్సాపతి, అబ్దుల్ బాబా, వజే తదితరులకు రాత్రంతా పారాయణ ధ్యానాలలో గడపమని ఆదేశించడం చూస్తాం. అంతేకాక, ప్రజలు - ముఖ్యంగా మనతోటివారు - వివిధ ప్రాపంచిక వ్యాపకాలు, వ్యాపారాల గురించి చేసే మనోసంకల్ప వికల్పాలు మన మనస్సులను ప్రభావితం చేస్తుంటాయి. రాత్రిళ్ళు అందరూ నిద్రావస్థలో ఉన్నప్పుడు, ఆ సంకల్పాల బలం క్షీణించి వాటివల్ల విక్షేపం కలగదు. దీనికి తోడు రాత్రివేళలలో ఉండే సహజ ప్రశాంతత ఆధ్యాత్మికసాధనకెంతో అనుకూలమైనది!

మనసును నియమించే మార్గాలలో నిద్రను నియంత్రించడం మొదటి మెట్టేకాదు! సులభసాధనం కూడా!! జపమో, ధ్యానమో చేయడానికి

కూర్చుంటే కొంతసేపటికి తెరలుతెరలుగా ఏవో ఆలోచనలు దృశ్యాలు కలల మాదిరి మనస్సును ఆవరించడం, తరువాత దేహం కునుకుపాటుగా తూలడం ధ్యానం చేసుకోవాలని కూర్చొనేవారికి సామాన్యంగా ఎదురయ్యే 'అనుభవం'. జపధ్యానాల పట్ల మనం నిలుపుకోదలచిన జాగరూకత ఆ సమయంలో 'మఱపు' లోకి అప్రయత్నంగా జారిపోతుందన్నమాట. ఆ 'మఱపు'నే వేదాంత గ్రంథాలు 'తమస్సు' (చీకటి, అజ్ఞానం, మఱపు అని అర్థం) అనీ, అలా నిద్రలోకి - అంటే పైన చెప్పిన నిద్రవంటి స్థితిలోకి - జారిపోయే నైజాన్ని 'తమోగుణ'మనీ పేర్కొన్నాయి. ఆ విధంగా మనస్సును ఆవరించే 'మఱపు'ను జాగరూకతతో గమనిస్తూ, పట్టుదలతో ఆ మత్తును విదల్చుకొని ధ్యానాన్ని కొనసాగించాలి. ఆ ప్రయత్నంలో ధ్యానం ఇంకా ఇంకా లోతుగా జరగడమే కాకుండా, మనస్సులో సంకల్పాలు ఎలా పుడుతున్నాయి? అవి ఎలా వృద్ధి చెంది మనస్సును ఆక్రమిస్తున్నాయి? మనల్ని మఱపులో పడవేసేందుకు మనస్సుచేసే ఎత్తులేమిటి? ఆ ఎత్తులను చిత్తుచేసే సుళువులేమిటి? మనస్సు యొక్క నైజమేమిటి? మనోసంకల్ప వికల్పాలకు 'బలం' ఎక్కడినుండి వస్తుంది? - అనే ఎన్నో 'మనోగత' రహస్యాలు మనకవగతమౌతాయి.

ఈ విధంగా నిద్రను - తద్వారా మనస్సునూ - నియమించే ప్రయత్నంలో జాగరూకులమై (అంటే, జాగ్రత కలిగి) ఉండటమే జాగరణ అంటే!* అందుకే బౌద్ధధ్యానయోగగ్రంథమైన ప్రజ్ఞాపారమిత సూత్రం, "అర్థరాత్రి ముందు తర్వాత ఆధ్యాత్మికసాధనను ఎప్పుడూ మానవద్దు! జీవితం నుండి ఏదీ పొందనీయకుండా, లక్ష్యశుద్ధి లేకుండా చేసి, జీవితాన్ని వ్యర్థం చేసేది నిద్ర! దానికి సాధకుడు ఎన్నటికీ బానిస కాకూడదు" అని సాధకులను హెచ్చరిస్తున్నది. మనోసంయమనం కోసం పట్టుదలగా చేసే యత్నమే నిష్ఠ. ఆ నిష్ఠను నీరుగార్చే వ్యసనం అతినిద్రాలోలత్వం. అందుకే, నిద్రపట్ల

అప్రమత్తతతో ఉండమని హెచ్చరిస్తూ, "నిద్ర మరచినపుడే నిష్ఠుండు తానాయె, నిద్రలో పడినపుడు నిష్ఠపోయె" అంటాడు వేమనయోగి! *

---

*యోగసంప్రదాయంలో నిద్రను నియమించే సాధనలకు, కాలాంతరంలో కలిగిన వికృతరూపమే మనం యీనాడు చూస్తున్న, చేస్తున్న శివరాత్రి-ముక్కోటి జాగరణలు! మనసును మఱపు అనే 'నిద్ర'లోకి జారిపోకుండా జాగరూకతతో ఎఱుకలో నిలుపుకొనేందుకు అభ్యాసాలుగ యేర్పరచబడ్డ యీ ఆచారాలు ఆయా పర్వదినాల్లో 'సినిమా చూస్తూ మేల్కొన్నా శివసాయుజ్యం, చతుర్ముఖ పారాయణ చేస్తూ కాలక్షేపం చేసినా బ్రహ్మలోక దర్శనం, వైకుంఠపాళి ఆడుతూ మేలుకున్నా వైకుంఠప్రాప్తి', అనే మూఢవిశ్వాసాలకు దిగజారింది. ఎలా మేల్కొనాలో, ఎందుకు మేల్కొనాలో అనే అంశాన్ని, అలా మేల్కొని ఉండటంలోని లక్ష్యాన్ని నిద్రపుచ్చి ఎలాగైనా మేల్కొని ఉండటమే పరమార్థంగా పరిణమించింది. మన ఆచారవ్యవహారాల వెనుక నిద్రాణంగా ఉన్న యీ ఆధ్యాత్మపరమైన అంశాలను, సూక్ష్మాలను మేల్కొలిపి వెలికితీసి, మనం ఆచరించి, సాటివారికి తెలియజెప్పడం మన కనీస నైతిక బాధ్యత; సిసలైన సదాచార పాలన!

"పని చెయ్యి! సద్గ్రంథాలు చదువు!

దేవుని నామం ఉచ్చరించు!"

-శ్రీసాయిబాబా

భజన

భజనకు భావమే ప్రాణం. భజనంటే బృందగానం కాదు!
మన ఇష్టదైవంపట్ల మనకున్న ప్రేమ
ఇంకా అనంతంగా అనన్యంగా పెరగాలన్న ఆర్తికి,
ఆ ఆర్తి మన హృదయాలలో నిగిడిస్తున్న
రసస్పందనకు వ్యక్తరూపమే భజన!
మహామహితాత్మకమైన శ్రీసాయిరూపం,
అడిగినంతనే గ్రక్కున వరములిచ్చెడి శ్రీసాయి అవ్యాజ ప్రేమసరళి,
ఎంత ఆలోచించినా 'అంతు' పట్టని అగాధమైన శ్రీసాయితత్త్వం,
ఆ తత్త్వశోధనలో ముగ్ధమైన మన హృదయాలు,
అలా తన్మయమైన ముగ్ధతలో
దగ్ధమయ్యే మన వ్యక్తిత్వపు పరిమితులు...
ఇవే భజనకు మొదలు . . . చివర !

~ శ్రీబాబూజీ

ధర్మానికి ఆకారం
శాస్త్రాలకు ఆధారం

"రామో *విగ్రహవాన్ ధర్మః"* ('రాముడు మూర్తీభవించిన ధర్మము') అన్నాడు వాల్మీకిమహర్షి. ఈ విశేషణంతో శ్రీరామున్నొక్కణ్ణే గాక ఇంకొకర్ని కూడా కీర్తించాడాయన! *'ఏష విగ్రహవాన్ ధర్మః'* అని విశ్వామిత్ర మహర్షిని సంభావించాడు. విశ్వామిత్రుడు ధర్మవిగ్రహుడు గనుక, ఆయన సచ్ఛిష్యుడైన శ్రీరాముడూ ధర్మస్వరూపుడయినాడు. రాముని తనతో యజ్ఞ రక్షణకు పంపమని అడుగుతూ విశ్వామిత్రుడు, *"రాముడు నా గుప్తమయిన రక్షణలో తన స్వతేజస్సుతో దుర్మార్గులయిన రాక్షసులనందరినీ నాశనము చేయ సమర్థుడు. ఈ రామునికి మూడులోకాల్లోనూ ప్రఖ్యాతిగలుగునట్లు నానా విధాలయిన శ్రేయస్సును ఇచ్చెదను"* **(వాల్మీకి రామాయణము, బాలకాండ, 19-9-10)** అని దశరథునికి అభయమిచ్చాడు. ఆ ప్రతిజ్ఞలోని గంభీరతను అర్థం చేసుకోలేక, రాముని యజ్ఞరక్షణకు పంపడానికి వెనుకాడుతున్న దశరథునికి రాజగురువైన వశిష్ఠుడు, *"రాముడు అస్త్రముల యందు సమర్థుడు కానీ, కాకపోనీ, విశ్వామిత్రునిచే రక్షింపబడియున్నంత వరకు – అగ్నిహోత్రునిచే రక్షింపబడుతున్న అమృతం వలె – ఈతనికి రాక్షసులు ఎంత మాత్రం కీడు చేయలేరు. ఈ విశ్వామిత్రుడు ఆకారమునొందిన ధర్మము ..... ఆయన తానే ఆ రాక్షసులనందరినీ సంహరింప సమర్థుడయినా, నీ కొడుకుకు మేలు చేయటానికే నిన్ను యాచిస్తున్నాడు ...."* అని హితవు చెప్పాడు.

సద్గురుమూర్తి అయిన విశ్వామిత్రమహర్షి అనుగ్రహం అవతారమూర్తియైన శ్రీరామునికి రక్షణయై ధర్మసంస్థాపన చేసింది. *"వేదైశ్చసంమితమ్"* అని గ్రంథ ప్రారంభంలోనే వాల్మీకి ప్రకటించిన రామాయణంలో అంతర్లీనంగా దర్శనమిచ్చే ఆధ్యాత్మికరహస్యం!

శ్రీరాముని ప్రతిభకు కర్తయైన విశ్వామిత్ర మహర్షి రామచరితంలో ఎలా 'గుప్తంగా' ద్యోతకమవుతాడో, అలానే శ్రీసాయినాథుని ప్రతిభకు మూలమైన శ్రీసాయిబాబా గురువు కూడా శ్రీసాయిచరిత్రలో నేపథ్యంలోనే దర్శనమిస్తారు. ఈ విషయాన్ని శ్రీసాయి నిర్ద్వంద్వంగా తెలియజెప్పారు కూడా: *"నా గురువు నన్నిలా ఆశీర్వదించారు: 'నీవెక్కడున్నా సరే ఇక్కడగాని, సప్తసముద్రాలకావల గాని – నేనెప్పుడూ నీవెంటనే ఉంటాను! తాబేలు తన మనోనేత్రంతోనే తన బిడ్డలనెలా రక్షిస్తుందని చెబుతారో అలానే, నేను నా (మనో) దృష్టి చేతనే నిన్ను కాపాడుతాను!' అని. ఈనాటి నా యీ ప్రతిభకంతకూ కర్తలువారే! ఆయన ఆశీస్సుల ఫలితమే ఇదంతా!"* ఇది అనాదిగ, అనుశ్రుతంగా వస్తున్న ఆధ్యాత్మికసంప్రదాయం; ఆదర్శం కూడా!

'గృహస్థమాశ్రిత్యవర్తంతేసర్వాశ్రమా'. గృహస్థుని ఆశ్రయించుకొని మిగిలిన మూడు – బ్రహ్మచర్య వానప్రస్థ సన్యాసాశ్రమాలు – ఉంటాయి. ఎందుకని? *"యస్మాత్రయోప్యాశ్రమిణో జ్ఞానేనాన్నేన చాన్వహం, గృహస్థేనైవధార్యంతే"* (మనుస్మృతి); అంటే, 'గృహస్థు తక్కిన మూడు ఆశ్రమాల వారిని అన్నపానీయాలిచ్చి ప్రతిదినమూ పోషిస్తున్నాడు గనుక!' అందుకనే అన్ని ఆశ్రమాలలో గృహస్థాశ్రమం శ్రేష్ఠమని చెప్పబడింది. కాని, గృహస్థు తన ధర్మాన్ని సక్రమంగా ఆదర్శవంతంగా ఆచరించగలిగే స్ఫూర్తిని బలాన్ని మిగిలిన మూడు ఆశ్రమాలు ఇస్తాయి. సమాజానికి ధర్మాచరణను నిర్దేశించి హితవు చేస్తున్నందునే తక్కిన మూడు ఆశ్రమాలను పోషించాల్సిన బాధ్యత గృహస్థుకుంది. గృహస్థాశ్రమం జీవులకు ఆహారాన్నందించే పంటచేను వంటిదైతే, ఆచార్యులు, ఋషిగణమూ ఆ చేనును రక్షించే

కంచెవంటివారన్నమాట. కంచె బలహీనమయితే పంట నాశనమవుతుంది. అందుకనే యతిరూపధారి అయిన శ్రీసాయి అవతారకార్యంలో అసలైన ఆధ్యాత్మిక సత్సాంప్రదాయ రక్షణ, సద్గురు సంప్రదాయ స్థాపన అత్యంత ముఖ్యాంశాలుగా దర్శనమిస్తాయి.

శ్రీసాయి ఇటు హిందూ సాంప్రదాయంలోని సాధు ధర్మాచరణను, అటు ముస్లిం సాంప్రదాయంలోని ఫకీరు ధర్మాలను సంతరించుకొని ప్రకటమయ్యారు. సన్యాసి తన పూర్వాశ్రమనామాన్ని, వివరాలను వెల్లడి చేయరాదని సత్సంప్రదాయం. "*విద్వాన్స్వదేశముత్సృజ్య సంన్యాసానంతరం స్వతః కారాగార వినుర్ముక్తచోరవత్ దూరతో వసేత్*" ('పరివ్రాజకుడైన విద్వాంసుడు తనకు పరిచయం గల ప్రదేశాన్ని త్యజించి ఖైదు నుండి విడుదలైన దొంగవలె దూరంగా వెళ్ళి నివసించును') అని శృతి చెప్పినట్లు, శ్రీసాయి కూడా తన ఊరు కానీ, పేరు కానీ పుట్టుపూర్వోత్తరాలు కానీ ఎన్నడూ ఎవ్వరికీ వెల్లడి చెయ్యలేదు. హిందూ ముస్లిం సాంప్రదాయాల మేలు కలయికగ భావింపబడే సూఫీ సాంప్రదాయంలోని ఫకీర్లను, 'సాయ్' అని పిలిచే ఉత్తర భారతదేశ సాంప్రదాయాన్ననుసరించి ప్రజలే ఆయన్ను 'సాయి' అని పిలిచారు. బాబా పలికారు! ఇక, శ్రీసాయి జన్మవృత్తాంతాన్ని గూర్చి 'ప్రచారం'లో ఉన్న కథనాలన్నీ కేవలం ఆయా కథకుల స్వకపోల కల్పితాలు, నిరాధారాలు!

శ్రీసాయి ప్రథమంగా రమారమి 1870-75 మధ్యకాలంలో సుమారు ఇరవై ఏళ్ళ యువకునిగా శిరిడీ గ్రామం బయటనున్న వేపచెట్టు పరిసరాలలో సంచరిస్తూ కనిపించారు. అప్పుడాయన పద్ధతి:

అనరగ్ని రనికేతస్స్యా గ్రామ మన్నార్థమాశ్రయేత్।
ఉపేక్షకో సంకుసుకో మునిర్భావ సమాహితః॥
కపాలం వృక్షమూలాని కుచేలమసహాయతా।
సమతాచైవ సర్వస్మిన్నేన్ముక్తస్య లక్షణమ్॥

('తన కోసం వంట, తనకంటూ ఇల్లు లేక, దేహముపట్ల, విషయాలపట్ల ఉపేక్ష కలవాడై, ఆహారము కొరకు మాత్రమే గ్రామములోనికి అడుగుపెడుతూ, ఎప్పుడూ మౌనియై బ్రహ్మధ్యానమునందు తన్మయుడై ఉంటాడు. భిక్షకై మట్టిమూకుడు, నివాసానికి చెట్లనీడ, చింకిబొంతలే దుస్తులు, అన్నింటియందును సమత్వబుద్ధి, -- ఇవి ముక్తుడయిన యతి యొక్క లక్షణములు') – అన్న స్మృతి వాక్యాన్ని గుర్తుకు తెస్తుంది. పగలు రాత్రి అని లేక ఆ వేపచెట్టు క్రింద ఏకాంతంగా గడిపేవారు. తనకు తానై ఎవ్వరితోనూ మాట్లాడేవారు కారు. *'మితభాషణం మౌనం'* అన్నట్లు ఒకవేళ మాట్లాడినా, ఒకటి రెండు మాటల్లోనే! ఆయన దివ్య వర్చస్సు, సాధు పద్ధతిని గమనించి, సాధుసేవలో అనురక్తి కలిగిన గ్రామస్థులెవరైనా భిక్షపెడితే స్వీకరించేవారు. గ్రామస్థుల వత్తిడిపై ఆ వేపచెట్టు ప్రక్కనే ఉన్న ఒక శిథిలమైన మసీదులోకి తన 'నివాసాన్ని' మార్చారు. సర్పం తనకంటూ ఒక నివాసాన్ని నిర్మించుకోక చీమలు పెట్టి వదలిన పుట్టలను ఎలా ఆశ్రయించి ఉంటుందో, అలానే సాధువు కూడా తనకంటూ ఆశ్రమాన్ని, నివాసాన్ని ఏర్పరచుకోరాదని శాస్త్రం. ప్రజలు విసర్జించిన గృహాల్లోనూ, దేవమందిరాల్లోనూ, చెట్లక్రింద మాత్రమే యతి తలదాచుకోవాలని విధి. శ్రీసాయి తన దేహయాత్రనంతటిని అలా 'అనికేతుడు' గానే సాగించారు.

'గ్రామమన్నార్థ మాశ్రయేత్' అని చెప్పినట్లు, భిక్ష కొరకు మాత్రమే శిరిడీ గ్రామంలోకి వెళ్ళేవారు. యతి ఎవరింట్లోనూ భోజనం చెయ్యరాదని నియమం. శ్రీసాయి ఎప్పుడూ ఎవ్వరింట్లోను అడుగుపెట్టలేదు. *"నప్రసజ్జేత విస్తరే"* అన్నట్లు విస్తారంగా భిక్ష కోసం వెళ్ళేవారూ కాదు. ఐదిండ్లకడనే భిక్ష చేసేవారు. ఐదిండ్లు మాత్రం ఎందుకు? ఒక ఇంటి భిక్షతోనే తృప్తి పడవచ్చుకదా? అంటే, *'భైక్షేణ వర్తయేన్నిత్యం నైకాన్నాదీ భవేద్యతీ'* (ప్రతిరోజు యతి పెక్కు ఇండ్లకు వెళ్ళి తెచ్చుకున్న అన్నమునే తినవలెను; ఒక్క ఇంటి అన్నమును తినరాదు) - అని ఏకాన్న భోజనానికున్న స్మృతి

నిషేధం స్మృతికి వస్తుంది. తేనెటీగ ఎలాగయితే ఒకే పుష్పం నుండి గాక అనేక పుష్పాల నుండి మధువును సంగ్రహిస్తుందో, అలాగే పరివ్రాజకుడు అనేక ఇండ్ల వద్ద నుండి భిక్షను స్వీకరించాలి. అందుకే భిక్షను 'మధూకరమ'ని అంటారు. ముందుగా నిర్ణయింపబడ్డ సమయానికి 'ఫలానా' స్వాములవారు, శిష్యసమేతంగా, అట్టహాసంతో భక్తుని ఇంటి ముందు వాహనం దిగి, పూర్ణకుంభంతో ఇచ్చిన స్వాగతాన్నందుకొని, పాదపూజ మొదలైన తంతు ముగిసిన తరువాత పంచభక్ష్యపరమాన్నాలతో విందుగుడిచి, 'దక్షిణ' స్వీకరించి, సందర్భానుసారం ఏదో మంత్రాన్ని భక్తుని చెవిలో అనుగ్రహించి వెళ్ళే - 'భ్రష్ట భిక్ష' కాదు బాబా ఆచరించినది! ఆ బాపతు 'భిక్ష'ను ***"అభిపూజిత లాభాంస్తుజుగుప్సేతైవ సర్వశః అభిపూజిత లాభైశ్చ యతిర్ముక్తోఽపి బధ్యతే"*** ('తనను గౌరవించి ఇచ్చిన భిక్షాదులను యతి ఎల్లప్పుడు స్వీకరించరాదు! అట్టి భిక్షాదులవల్ల ఆ యతి ముక్తుడయినా బంధంలో చిక్కుకుంటున్నాడు') అని స్మృతి తీవ్రనిరసనాపూర్వకంగా హెచ్చరిస్తున్నది.

"భవత్పూర్వం చరేద్భైక్ష" అని శాస్త్రం. *"భవతి భిక్షాందేహి..."* అంటూ భవశ్శబ్దాన్ని నిస్సంకోచంగా చెప్తూ గుమ్మం ముందు నిలచి భిక్షను యాచించవలె. శ్రీసాయి ఇంటి గుమ్మం ముందు నిలుచుని (మరాఠీభాషలో) ***"ఆబాదే ఆబాద్ . . . రోటీలావ్"*** అని భిక్ష అడిగేవారు. లభించిన భిక్షను మసీదులోని ధుని (అగ్ని)లో కొంత వేసి, తక్కినది ఓ మూల ఉంచేవారు. కుక్కలు, పిల్లులు తదితర జీవులు తమ ముట్టెలతో గెలికి తినేవి. వాటిని ఎన్నడూ తరిమేవారుకారాయన. తమ భోజన సమయం కాగానే, అలా ఆ జీవులు తిని వదిలేసిన ఆ ఆహారాన్నే భుజించేవారు. ఆయన ఖ్యాతి నలుమూలలా వ్యాపించి, వేలసంఖ్యలో భక్తులు తమ దర్శనార్థం వచ్చి ఖరీదయిన వంటకాలను బాబాకు నివేదించేవారు. ఆ పదార్థాలనన్నింటిని పేదసాదలకు భక్తులకు పెట్టి తాను మాత్రం స్వయంగా తెచ్చుకున్న భిక్షాన్నాన్నే అమృతప్రాయంగా తినేవారు. ఇది చూస్తే - *"భిక్షాహారీ నిరాహారీ భిక్షనైనా ప్రతిగ్రహః।*

అసంతోవాపి సంతోవసోమసానం దినేదినే" ('భిక్షాహారాన్ని మాత్రమే భుజించేవాడు నిరాహారి అని అనబడతాడు. భిక్షను అడగడం వల్ల ప్రతిగ్రహ దోషం అంటదు. సజ్జనుడినుండైనా, దుర్జనుడినుండైనా ఎవడు భిక్షను యాచించి భుజిస్తాడో వాడు ప్రతిదినమూ అమృతపానము చేసిన వాడగుచున్నాడు!') అనే శాస్త్రవాక్యం గుర్తుకు రాకమానదు.

ఇంతవరకు చేసిన, శ్రీసాయిచర్యలకు – శాస్త్రవాక్యాలకు గల సారూప్య విషయక చర్చ యొక్క సారాంశం, బాబా శాస్త్రనియమాలను తెలిసికొని, వాటిని విధిగా పూనికతో ఆచరించారని కాదు! నిజానికి శ్రీసాయిబాబా వంటి మహాత్ముల ఆచరణ – బోధనలే శాస్త్రాలకు ఆధారము ప్రమాణమూ కూడా! "*ఆధారశ్చైవ సాధునామ్మ*"ని మనుస్మృతి. నిజానికి, ఆత్మజ్ఞానానంద పరవశులైన మహాత్ముల అనుభూతుల స్మృతులే మానవాళి కందిన మహిత శ్రుతులు; వారి చర్యలే మానవధర్మశాస్త్రాలకు ఆధారస్మృతులు. తరచిచూస్తే, సకల శ్రుతిస్మృతిపురాణేతిహాసాల సారం – శ్రీసాయిబాబా వంటి మహాత్ముల సచ్చరితల సారమే కదా! ❋

"ఎవరైతే ఎప్పుడూ నన్నే స్మరిస్తూ, కేవలం నన్నే నమ్ముకొని ఉంటారో, వారికి నేను ఋణగ్రస్తుడను. వారిని రక్షించడానికి నా తలనైనా ఇచ్చేస్తాను"

-శ్రీసాయిబాబా

'మృత్యుంజయ' మంత్ర రహస్యం

చాలామందికి మృత్యుంజయమంత్రమంటే మహామోజు! కారణం, మృత్యుంజయమంత్ర పునఃశ్చరణ (జపం) చేత మృత్యువు దరిచేరదనే విశ్వాసం! కొంచెం శాస్త్రపరిభాషలో చెప్పాలంటే అది 'అకాల మృత్యుహరణమ'ని! (ఏది సకాలమో, యేది అకాలమో ఎట్లా నిర్ణయించడం?– అంటే, అది వేరే విషయం!) ఈ విశ్వాసం ప్రధానంగా మన మహర్షులు 'మృత్యువు' 'మృత్యుంజయము' అనే పదాలు ఏ ఉద్దేశ్యంతో వాడారో తెలియకపోవడం వల్ల కలిగిందని చెప్పవచ్చు. ఎందుకంటే మృత్యుంజయ మంత్రాన్ని జపించి మరణం లేకుండా చేసుకొన్న వారెవ్వరైనా వున్నారా? మరైతే, మృత్యుంజయమంత్రం యొక్క అర్థం, దాని పునఃశ్చరణ యొక్క పరమార్థం, కీలకం ఏమై ఉంటుంది?

ఈ విషయాన్ని వివరించే ముందు అసలు మృత్యుంజయ మంత్రమేమిటో తెలుసుకొందాం!

"త్ర్యంబకం యజామహే సుగంధిం పుష్టి వర్ధనమ్
ఊర్వారుక మివ బంధనాత్ మృత్యోర్ముక్షీయ మామృతాత్"

– అన్నదే ఆ మంత్రం. "మేలైన తావి గలిగినట్టియు, లౌకికము వైదికము యైన పుష్టిని పెంపొందించునట్టియు యైన ఆ మూడుకన్నుల దేవరను (పరమశివుని) పూజింతుము. తొడిమ నుండి విడివడిన దోసపండు వలె మృత్యువు నుండి బయటపడెదము గాక!" అన్నది ఆ మంత్రం యొక్క భావం. ఈ మంత్రాన్ని భస్మధారణమప్పుడు (విభూతి పెట్టుకొనేప్పుడు) విధిగా

స్మరిస్తారు. ఈ మంత్రం యొక్క అంతరార్థాన్ని వివరిస్తూ, శ్రీచంద్రశేఖరేంద్ర సరస్వతీస్వామి (కంచి పెద్దస్వామి) వారంటారు:

"ఈశ్వరుడు తక్క తక్కినదంతయు మృతమే. మృతమనగా చచ్చునది అని అర్థం. మరణం మరుజన్మకు బీజకారణం. మరుజన్మ లేక మరిగి పోవుటకు అమృతమని పేరు. అమృతముగా నుండునదొక్క దైవమే! మృతులమగు మనకు అమృతస్థితి నీయగల శక్తి ఆయనకు కలదు. దుఃఖించుచు మనము చనిపోయిన, మనకు దుఃఖించెడి జన్మమే కలుగును. ఆనందముగా ప్రాణత్యాగము కావించుచో అట్టి స్థితికి అమృతమని పేరు. మృతముగాక అమృతము నొసగునది ముక్కంటి. . . . మోక్షమనగా విడివడుట. తగులుకొన్నవాడు తగులుబాటు నుండి తప్పించుకొనుటయే మోక్షము. ఊర్వారుకమనగా దోసకాయ. దోసకాయ పండినచో ఏ శ్రమ లేకుండా అనాయాసముగా తొడిమ నుండి తొలగి తీగ ప్రక్కనే పడియుండును. తొడిమకు, పండుకు యున్న ఎడము సైతం తెలియదు. గాలి బలముగా వీచి, తీగలు కదలాడినపుడు మాత్రము కన్నులకు తెలియును. ఇట్టి సులభమోక్షము – ఊర్వారుక మోక్షము – కావలెనని యే వేదమందలి ప్రార్థన".

—***"నా ముర్షద్ (గురువు) నన్ను ఈ దేహం నుండి ఏనాడో విడుదలచేసాడు"*** అని శ్రీసాయిబాబా చెప్పింది ఇటువంటి జీవన్ముక్తి గురించే. ఒక సందర్భంలో బాబా అన్నారు. ***"నన్ను ప్రసవించినప్పుడు తనకు కుమారుడు కలిగినందుకు నా తల్లి ఎంతో ఉప్పొంగిపోయింది. నా మటుకు నాకు ఆమె సంతోషము చూసి ఆశ్చర్యం వేసింది. నిజానికి నన్ను ఆమె కన్నదెప్పుడు? అసలు నాకు పుట్టుక ఉన్నదా? అంతకు ముందు మాత్రం నేను లేనా?"***—అని. పుట్టిన ప్రతి ప్రాణి గిట్టక తప్పదు. "జాతస్యహి మరణం ధృవం". అయితే, జననమే లేని శ్రీసాయికి మరణం మాత్రం ఎక్కడిది? 1886లో తాను అల్లా దగ్గరకు వెళుతున్నాననీ, మూడురోజుల వరకు నిర్జీవమైన తన దేహాన్ని భద్రపరచమని మహల్సాపతికి చెప్పి దేహత్యాగం చేసి, మూడురోజుల తర్వాత తిరిగి తన దేహంలో ప్రవేశించి, ఆ తరువాత

సుమారు 32 సంవత్సరాలు అదే దేహంతో సంచరించిన శ్రీసాయి కన్నా మృత్యుంజయుడెవరు? బాబా యొక్క మృత్యుంజయత్వం కేవలం తన దేహానికే పరిమితం కాదు. అన్ని విధాల ఆశలు పూర్తిగా వదులుకొని, ఇక జీవించడం అసంభవం అనుకొన్న ఎందరో భక్తులను మృత్యుముఖం నుండి బాబా రక్షించారు. మాలన్‌బాయి వంటివారిని మరణించిన తరువాత కూడా తిరిగి బ్రతికించారు! తమ భక్తులను మృత్యువు నుండి రక్షించే సందర్భాలలో ఏదో అదృశ్యశక్తితో ఘర్షణ పడుతున్నట్లు తిడుతూ, బెదిరిస్తూ, అదిలిస్తూ బాబా చేసిన వింతచర్యలు – తన భక్తుడయిన మార్కండేయుని ప్రాణం రక్షించడానికి ఆ ముక్కంటి మృత్యుదేవతతో పోరాటానికి సిద్ధమయ్యాడని చెప్పే పురాణకథలను స్ఫురింపచేస్తాయి. బాబా మృత్యుంజయుడు కనుకనే, *"నా సమాధి నుండి కూడా నేను నా కర్తవ్యాన్ని నిర్వర్తిస్తాను. నా నామం పలుకుతుంది. నా మట్టి సమాధానమిస్తుంది"* అని హామీ ఇచ్చి, ఆ హామీని ఇప్పటికి తు.చ. తప్పకుండా నెరవేరుస్తున్నారు. అందుకే (శ్రీసాయిభక్తులకు) శ్రీసాయినాథుని కన్నా మృత్యుంజయుడెవ్వరు? సాయినామాన్ని మించిన మృత్యుంజయ మంత్రమేమున్నది?

❋

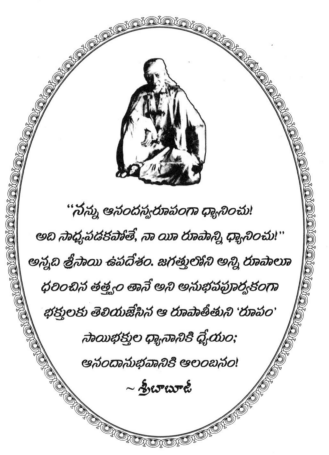

"నన్ను ఆనందస్వరూపంగా ధ్యానించు!
అది సాధ్యపడకపోతే, నా యీ రూపాన్ని ధ్యానించు!"
అన్నది శ్రీసాయి ఉపదేశం. జగత్తులోని అన్ని రూపాలూ
ధరించిన తత్త్వం తానే అని అనుభవపూర్వకంగా
భక్తులకు తెలియజేసిన ఆ రూపాతీతుని 'రూపం'
సాయిభక్తుల ధ్యానానికి ధ్యేయం;
ఆనందానుభవానికి ఆలంబనం!

~ శ్రీబాబూజీ

సాయినాథోపాసనకు. . . సాటిమరేది?

"ఉపాసకానాం కార్యార్థం బ్రహ్మణో రూపకల్పనమ్". 'ఉపాసకుల సౌకర్యం కోసమే ఆ పరబ్రహ్మతత్త్వానికి రూపకల్పనచేయబడింది' అని శాస్త్రం. ఎలా రూపకల్పన చేయబడింది? *"ఆనందం బ్రహ్మణోరూపం"* కనుక, 'ఆనందస్వరూపంగా', అని పరశురామ కల్పం మొదలయిన శాస్త్రగ్రంథాలు చెబుతున్నాయి.

"నన్ను ఆనందస్వరూపంగా ధ్యానించు!" అన్నారు శ్రీసాయి. ఆనందస్వరూపంగా ధ్యానించడమంటే, తన స్వస్వరూపాన్ని ధ్యానించడమే. అందరికీ ఇలా ధ్యానించగలిగే పరిపాకం, సామర్థ్యం ఉండదు. అందుకే తనను ఆనందస్వరూపంగా ధ్యానించమన్న బాబా, ఆ వెంటనే, *"అది నీకు సాధ్యపడకపోతే, రోజూ చూసే నా యీ రూపాన్ని ధ్యానించు"* అని కూడా అన్నారు.

"అక్షరావగమ లబ్ధయేయథా స్థూల వర్తుల దృషత్పరిగ్రహః ।
శుద్ధబుద్ధ పరిలబ్ధయే తథా దారుమృణ్మయశిలామయూర్చనం ॥"

అని శాస్త్రం. అంటే, 'అక్షరజ్ఞానం కలిగించడానికై చిన్నపిల్లలకు చిన్నవీ పెద్దవీ గుండ్రనివీయైన రాళ్ళను చెక్కి చూపించే మాదిరిగానే, నిత్యము, శుద్ధము, బుద్ధము ఐన పరమాత్మజ్ఞానం కలిగించేందుకు కొయ్య, మట్టి, రాయి మొదలైన వాటితో విగ్రహాలు చేసి పూజిస్తున్నారు' – అని. వ్యక్తిగతమైన కోరికలతో పూజించేవారు సగుణోపాసన చెయ్యాలిగాని,

నిష్కాముడైన సాధకునికి మూర్తిపూజ నిషేధమని కొందరు అనుకోవడం కద్దు! ఈ అభిప్రాయాన్ని కూడా మన పెద్దలు నిష్కర్షగా త్రోసిపుచ్చారు!

"సకామా సగుణోపాస్తిః నృణాం భోగాయ కల్పతే ।

నిష్కామా చిత్త శుద్ధర్థే ఇతి శాస్త్రస్య నిశ్చయః ॥"

(– 'కోరికలు గలవారి భోగార్థమే సగుణోపాసన కల్పన చేయబడింది. నిష్కాములు కూడా చిత్తశుద్ధికోసం సగుణోపాసన చేయవలె; ఇది శాస్త్రనిశ్చయము!')

బాబా తాము స్వయంగా ఎన్నడూ విగ్రహారాధన చెయ్యకపోయినా, విగ్రహపూజను ఎన్నడూ నిరసించలేదు. సరికదా, ఎన్నో సందర్భాలలో ప్రోత్సహించారు కూడా! ***"మూర్తిపూజ మంచిదే దానివల్ల ఏకాగ్రత కుదురుతుంది. అయినా బొమ్మ కూడా దైవమే కదా!"*** అన్నారు బాబా.[1] సర్వాన్నీ భగవత్స్వరూపంగా దర్శించిన బాబాకు బొమ్మలు మాత్రం దైవం కాకుండా పోతాయా? అయితే కేవలం బొమ్మలే దైవం అని మనం భ్రమించరాదు.

"న దేవో విద్యతే కాష్ఠే న పాషాణే న మృణ్మయే ।

భావేతు విద్యతే దేవః తస్మాద్భావోహి కారణమ్ ॥"

---

[1] ఇక్కడ ఇంకో విశేషమేమంటే, బాబా చెప్పిన యీ మాట దేవాలయాలలో పూజావిధులను వివరించే ప్రమాణగ్రంథాలైన ఆగమశాస్త్రాల యొక్క - ముఖ్యంగా వైఖానస ఆగమాల - మౌలిక సిద్ధాంతం! ఈ ఆగమమతాన్ననుసరించి, ఉపాసకుడు అర్చించే దేవతావిగ్రహం దైవానికి లేదా దేవతాతత్త్వానికి ప్రతీక కాదు! విగ్రహం సాక్షాత్తూ దైవమే! ఉపాసకుడు అర్చించేది దేవత యొక్క ప్రతిమను కాదు; ఆ దేవత యొక్క 'అర్చావతారాన్ని' ! 'అర్చ' మంటే విగ్రహము, మూర్తి అని అర్థం. దైవం విగ్రహరూపంలో అవతరించడమే 'అర్చావతారం'. ఆ భావనతో విగ్రహాన్ని (దైవాన్ని) పూజించడమే 'అర్చన'. ఆ అర్చన విధులలో శిక్షణ పొంది, సశాస్త్రీయంగా అర్చన చేయగల అర్హత గల ఉపాసకుడు 'అర్చకుడు'.

('కొయ్యలోను, రాతియందు, మట్టిలోను దేవుడు లేడు! భావము నందే దైవమున్నాడు. దానికి భావనయే కారణమై ఉన్నది.')

ఉపాసనకు భావనే బలం. భావనాబలం లేక ఉపాసన ఫలించదు. శివుడు, విష్ణువు, దేవి, గణపతి, కుమారస్వామి మొదలైన దేవతామూర్తులన్నీ ఉపాసకుల కార్యార్థం కల్పించబడినవే. ఆ ఉపాసనామూర్తులకు బలం ఉపాసకుని భావనే! అంతటా నిండియున్న ఆ పరబ్రహ్మస్వరూపం ఉపాసకుడు ఏ రూపంలో భావిస్తే ఆ రూపంలో - ఉపాసకుని భావనా బలాన్ని బట్టి సాక్షాత్కరించడం జరుగుతుంది. ఇది దేవతోపాసనలోని కీలకం.

ఈ విధమైన దేవతోపాసనకు, శ్రీసాయిబాబా వంటి సద్గురుమూర్తి యొక్క ఉపాసనకు ఒక భేదముంది. బాబాను ఉపాసించేటప్పుడు భక్తుని భావనకు బాబాయే బలం! ఉపనిషదాది వివిధశాస్త్రాలలో వర్ణింపబడ్డ పరబహ్మతత్త్వానికి శ్రీసాయిబాబా జీవితం, ఆయన లీలలు, బోధనలు 'సజీవ వ్యాఖ్యానాలు'. ఎక్కడ ఎవరేమి చేస్తున్నా ఏమి జరుగుతున్నా తెలిసే 'ఎఱుక'లో ఉండి, అది ఆయా భక్తులకు (సందర్భావసరాలనుబట్టి) తెలియజేయడం ద్వారా తాను సర్వకర్మసాక్షిననీ, ఏ జీవికి కలిగిన అనుభవమయినా అది తన అనుభవమేనని చెప్పడం ద్వారా సర్వజీవ హృదయాంతరస్థుడు సర్వవ్యాపియనీ, భక్తుడు ఏ కష్టంలోవున్నా తక్షణం సహాయాన్నందించి భక్తరక్షణాపరతంత్రుడనీ, పంచభూతాలను ఆజ్ఞాపించగలిగే దివ్యశక్తిచేత భూతపతి గణపతి యనీ, సకలదేవతా స్వరూపాలు మహాత్ములు తనకంటే భిన్నం కారని అనుభవపూర్వకంగా తెలియజేయడం ద్వారా, తాము సర్వదేవతాస్వరూపుడనీ, సకల సాధుస్వరూపుడనీ - బాబా అనుక్షణం నిదర్శనాపూర్వకంగా నిరూపించారు. బాబాను ఉపాసించే భక్తులకు ఆయన రూపం చూడగానే లేక స్మరించగానే, ఆయన లీలలు, ఆ లీలల ద్వారా ప్రకటమైన ఆయన విశ్వాత్మస్వరూపం అప్రయత్నంగా అతిసులువుగా మనసుకొస్తాయి. దీనివల్ల మనలోని భక్తిభావం ఒకవేళ బలహీనంగా ఉన్నా,

బాబా రూపమే మన భక్తిభావనకు బలం కలిగిస్తుంది. అంతేకాకుండా సర్వజీవస్వరూపుడని ఎన్నో విధాల మనస్సుకు హత్తుకొనేట్టు బోధించిన ఆయన లీలలు, 'తన రూపంలో కూడా సాయియే ఉన్నారు కదా' అనే స్ఫురణను క్రమంగా ఉపాసకునిలో కలిగిస్తుంది. ఆ 'ఆత్మవిచారం' క్రమంగా ఆత్మానుసంధానానికి, ఆత్మసాక్షాత్కారానికి దారితీస్తుంది.

అంతేకాదు, ఎవరే దేవతలను ఉపాసించినా, ఆ పూజలన్నీ తనకే చెందాయని అసంఖ్యాకమైన తమ లీలల ద్వారా నిరూపించడమేగాక, ఆయా దేవతోపాసనల ఫలంగా తమ దర్శన అనుగ్రహాలను ప్రసాదించారు బాబా. ఆయా భక్తుల పరిపాకాన్ని బట్టి కొందరికి బాబా ఆయా దేవతామూర్తుల ఉపాసనలో శ్రద్ధను అచంచలం చేస్తే, జస్టిస్ రేగే వంటి మరెందరో భక్తులు దేవతోపాసనతో ప్రారంభించి, సాయినాథోపాసనకు పరిణతి చెందారు.

"అంతవత్తు ఫలం తేషాం తద్భవత్యల్ప మేధసాం ।
దేవాన్దేవ యజో యాంతి మద్భక్తా యాంతి మామపి ॥"

— అన్నారు సద్గురుమూర్తియైన శ్రీకృష్ణుడు భగవద్గీతలో. (అంటే, 'అల్పమేధస్సులైన భక్తులకు అల్పదేవతా పూజల వల్ల అల్పఫలాలే లభిస్తాయి. ఇక నన్ను పూజించేవారికి అంతులేని మహాఫలములు కలిగి, చివరికి నన్నే పొందుతున్నారు' అని భావం).

వివిధ ఉపాసనాదేవతలను పూజించిన వారికి, ఆయా దేవతా రూపాలతో తాదాత్మ్యం చెంది, 'సర్వదేవ నమస్కారం సాయినాథం ప్రతిగచ్ఛతి' అన్నట్లు, వారిని అనుగ్రహించారు బాబా. అలాంటప్పుడు వివేకంతో బాబానే 'అనన్యంగా' పూజించిన వారికి మరెంత ఫలమోకదా! *

70

సర్వవ్యాపియైన సాయి కోసం శిరిడీ వెళ్ళాలా?

"సాయి సర్వాంతర్యామి. ఆయన అంతటా వున్నారు. బాబాను ప్రార్థించడానికి శిరిడీయే వెళ్ళాల్సిన పనిలేదు! మనం ఉన్నచోటే ఉంటూ, బాబాను ఎంచక్కా ధ్యానించుకోవచ్చు కదా!"

–ఇది శ్రద్ధాభక్తులతో తరచు శిరిడీ సందర్శించే సాయిభక్తులు అతితరచుగా ఎదుర్కొనే 'హితబోధ'. ఈ హితవు 'తాత్త్వికపరంగా' ముమ్మాటికీ సత్యం! *"సాయి అంటే ఈ మూడున్నర మూరల దేహం మాత్రమే కాదు. బాబా శిరిడీలోనే ఉన్నాడని యెవరైనా అనుకొంటే, వారసలు నన్ను చూడనట్లే!"* అని బాబా కూడా అన్నారు. అంతేకాదు సర్వత్రా సర్వజీవులలోను ప్రకాశించే చైతన్యాన్ని మనచే దర్శింపచేయటమే శ్రీసాయి ద్వారా ప్రకటమయిన లీలాప్రబోధాల యొక్క పరమార్థం. ఆ సత్యాన్ని దర్శించడమే సాయిభక్తుల సాధనలక్ష్యం కూడా!

అయితే, తీర్థాలను, తపోక్షేత్రాలను, మహాత్ములను, వారి సమాధి స్థానాలను, తపోభూములను సాధకులు విధిగా దర్శించాలని అన్ని మత సాంప్రదాయాలు నిర్దేశిస్తున్నాయి. మన పురాణేతిహాసాలలో చాలాభాగం ఈ తపోక్షేత్రతీర్థాల మహత్మ్యాన్ని చెప్పేవే. ఇస్లాం సాంప్రదాయంలో ప్రతి ముస్లిం తన జీవితకాలంలో ఒక్కసారైనా 'హజ్' (మక్కాయాత్ర) చెయ్యాలని నిర్దేశిస్తున్నది. సూఫీ సాంప్రదాయం మహాత్ములను ఆశ్రయించటమేగాక,

వారి సమాధులను (దర్గాలను) దర్శించి, అక్కడ సాధన చేసుకోవడానికి అత్యంత ప్రాముఖ్యాన్నిస్తుంది. ఐతరేయ బ్రాహ్మణంలో (33.3) "యాత్ర చేయనివాడికి ఆనందమే లేదు; సంఘజీవితంలో ఎంతటి విశిష్ట వ్యక్తి అయినా ఏదో దోషం చెయ్యక తప్పదు. (పవిత్రక్షేత్రాల) యాత్ర చేసేవాడికి ఇంద్రుడు మిత్రుడై సహాయపడతాడు. అందువల్ల యాత్రలు చెయ్యి!" అని అర్థమొచ్చే మంత్రమున్నది. ఒకవైపు సర్వత్రా నిండి నిబిడీకృతమైవున్న పరబ్రహ్మతత్త్వాన్ని దర్శించమని ఉద్బోధిస్తున్న ఆధ్యాత్మికశాస్త్రాలు, మరో వైపు పవిత్రక్షేత్రాలను విధిగా దర్శించమని మరి ఎందుకు విధిస్తున్నట్లు?

శాస్త్రాలే కాదు, మహాత్ముల ఆచరణ కూడా అలాగే ఉంది. మహర్షులు, దేవతలు కూడా తపస్సు కోసం పవిత్రక్షేత్రాలకు వెళ్ళి నివసించినట్లు పురాణేతిహాసాలు చెబుతున్నాయి. పరమ అద్వైతాచార్యుడైన ఆదిశంకరుడు, రామానుజ, మధ్వ, వల్లభ మొదలయిన ఆచార్యులు పవిత్రక్షేత్రాలను భక్తిశ్రద్ధలతో దర్శించారు. సదా అవధులు లేని కృష్ణభక్తి రససాగరంలో ఓలలాడుతూ, సర్వత్రా దైవాన్ని దర్శించగలిగిన చైతన్యప్రభువు, మీరా, జ్ఞానేశ్వర్, నామదేవ్, తుకారాం, రామకృష్ణ పరమహంస మొదలైన మహాత్ములు కూడా పండరి, బృందావనం, పూరి, కాశీ మొదలైన క్షేత్రాలను అత్యంత ఉత్సాహంతో భక్తిశ్రద్ధలతో దర్శించడం గమనార్హం. వీరందరూ తామున్న చోటనే ఉంటూ భగవంతుని దర్శించలేక పవిత్రక్షేత్రాలను దర్శించారని ఎవరైనా అనుకుంటే, అంతకంటే అజ్ఞానమింకొకటి ఉంటుందా? పవిత్రక్షేత్రదర్శనం ఆ మహాత్ములు తాము స్వయంగా చేయడమేగాక, సాధకులు నియమంగా తరచు సందర్శించాలని కూడా ప్రబోధించారు. జ్ఞానేశ్వర్ మహరాజ్, నామదేవ్‌లచే స్థాపించబడి, ఏకనాథ్, తుకారాంల వంటి మహాత్ములచే ప్రవర్తిల్లజేయబడిన 'వార్కరీ' పంథాలో కనీసం సంవత్సరానికొక్కసారైనా పండరి యాత్ర చెయ్యడం నియమం. 'వార్కరీ' అనే మరాఠీ పదానికి అర్థం 'యాత్రికుడు' అని. యాత్ర చెయ్యడం

ఆ సంప్రదాయంలో ఎంత ప్రధాన నియమమో, ఆ సంప్రదాయానికి పెట్టబడ్డ 'వార్కరీ' అనే పేరులోనే స్పష్టమవుతుంది. ఆ మహాత్ములు విధించిన యాత్ర, అటు బాహ్యమైనది ఇటు అంతరమైనది కూడా! ఆ యాత్ర యొక్క గమ్యం పండరిలో విఠలుని దర్శించి, ఆ దర్శన ప్రభావం వల్ల సర్వత్రా సర్వజీవులలోను విఠలుని దర్శించగలగడం.

అయితే, మనమిక్కడ గుర్తించవలసిన అంశం మరొక్కటున్నది. ఆధ్యాత్మికశాస్త్రాలు, మహాత్ములు పవిత్రక్షేత్రాలను దర్శించమని ఉద్బోధించడంలోని ప్రయోజనం అవి ఆత్మసంయమనానికి, ఆత్మసాక్షాత్కారానికి దోహదకారులనే తప్ప, చేసిన పాపాలను కడిగేసుకోవడానికో, పుణ్యాన్ని మూటకట్టుకోవడానికో కాదు! మనకు పురాణేతిహాసాలలో తీర్థాటన మహిమను వర్ణిస్తూ, అవి **'పాపపరిహారార్థము పుణ్య సముపార్జనార్థమ'**ని చెప్పే శ్లోకాలు, పైన చెప్పిన యోగసాధన లక్ష్యాన్ని సర్వజనాకర్షణం చెయ్యడానికి తరువాతి కాలంలో పురోహితవర్గాలు చేర్చిన ప్రక్షిప్తాలే. అందుచేతనే పాపకార్యాలు దుర్మార్గాలు విరివిగా చేస్తూ, ఆ దోషం తీర్థాటనతో పోగొట్టుకోవచ్చనే (మూఢ) విశ్వాసాన్ని ఇంతకు ముందు పేర్కొన్న మహాత్ములందరూ నిష్కర్షగా ఖండించారు. అంతేకాదు, ఇలాంటి దురాశను తూర్పారబడుతూ, దేవీభాగవతం ఇలా అంటున్నది: "ఎవరైతే తమ హృదయాన్ని పవిత్రంగా ఉంచుకొంటారో, వారే పవిత్రక్షేత్రాలు దర్శించడం వల్ల ఫలితం పొందుతారు. ఇతరులు పవిత్రక్షేత్రాలకు యాత్ర చెయ్యడమే పాపం!" అని.

జాగ్రత్తగా పరిశీలిస్తే, అన్ని పవిత్రక్షేత్రాలు మూలంలో మహర్షుల మహాత్ముల తపోభూములు, వారి సమాధిస్థానాలుగానే ఉండి, కాలగతిలో వాటి మూలరూపం మరుగునపడి, (పౌరాణికుల కల్పనాసామర్థ్యం వల్ల) ఆ స్థానే వివిధ క్షేత్రపురాణాలు, క్షేత్రమహాత్మ్యాలు పుట్టుకొచ్చాయని అర్థమౌతుంది. హిమాలయాలు, గంగ మొదలైన సకలతీర్థక్షేత్రాల మహాత్మ్యానికి మూలం మహాత్ముల తపఃశ్శక్తేనని శాస్త్రాలు ఉద్ఘోషిస్తున్నాయి. ఈ దృష్ట్యా చూస్తే,

పైన పేర్కొన్న పరిపూర్ణ సద్గురుమూర్తులు ఎందుకు పవిత్రక్షేత్రాలను దర్శించేవారో మరికొంచెం బోధపడుతుంది.

మహాత్ములు పవిత్రక్షేత్రాలను, తీర్థాలను ఇంకా ఇంకా పవిత్రం చేయడానికి దర్శిస్తే, సాధకులు తమ సాధనలో భాగంగా మనస్సును వివిధ వికల్పాలనుండి దూరం చేసుకొని తమ గమ్యాన్ని సులభంగా త్వరితగతిన సాధించుకొనేందుకు సందర్శించాలి.

మనం నివసించే చోటనే కూర్చొని జపధ్యానాలు చేయడంకన్నా తపోక్షేత్రాలలో కూర్చుని సాధన చెయ్యడం ఎన్నోరెట్లు సులభతరం. మహాత్ముల తపోప్రభావంతో నిండినిబిడీకృతమైయున్న ఆ ప్రదేశాలలోనికి అడుగిడగానే మనస్సు అప్రయత్నంగా ధ్యానస్థమౌతుంది. సాధన అనే పడవలో ప్రపంచమనే ప్రవాహానికి మనస్సుతో తెడ్లు వేసుకుంటూ ఎదురుగా సాగడం వంటిది మనం ఉన్నచోటనే (ఇండ్లలోనే) ఉంటూ సాధన చేసుకోవడం. మనం పయనించవలసిన దిక్కుకు బలంగా వీస్తున్న గాలివాటుకు తెరచాపనెత్తి నిశ్చింతగా సునాయాసంగా సాగిపోవడం వంటిది తపోక్షేత్రాలలోను, మహాత్ముల సన్నిధిలోను చేసే సాధన. ఎవరిలోనైనా బలమైన సంకల్పాలు భావాలు కలిగినపుడు, ఆ మనోభావాల ప్రభావం ఆ వ్యక్తి అక్కడనుండి వెళ్ళిపోయినా ఆ ప్రదేశంలో ముద్రించుకుపోతుందని, ఆ ప్రదేశంలో అడుగిడిన ఇతరుల మనస్సులను తదనుగుణంగా ప్రభావితంచేస్తుందని ఆధునిక విజ్ఞానశాస్త్రంలో ఒక శాఖగ పరిగణింపబడే Psychotronics పరిశోధనలలో కూడా సశాస్త్రీయంగా గుర్తింపబడినదని చెబుతారు. కొద్దో గొప్పో జప ధ్యానానుష్ఠానాలలో అభ్యాసమున్న సాధకులెవరైనా కూడా యీ ప్రభావాన్ని ఇట్టే గుర్తించగలరు. అయితే, సమర్థుడైన గురువు యొక్క ప్రత్యక్ష మార్గదర్శకత్వం లేనపుడు సాధకుడు తన సాధన మార్గానికి అనుకూలమైన తపోక్షేత్రాన్ని జాగ్రత్తగా, వివేకంతో ఎన్నుకోవాలి. ఒక్కో తపోక్షేత్రానికి ఒక్కోరకమైన ప్రభావముంటుంది. తన సాధనామార్గానికి, హృదయగత

సంస్కారానికి భిన్నమైన ప్రభావం కలిగిన తపోక్షేత్రాలలో సాధన చెయ్యడం సాధనకు దోహదకారి కాకపోగా, ఒక్కోసారి హానికరం కూడా కాగలదు!

ఈ సూత్రాన్ని ఆధారం చేసుకుని సాధన సాఫల్యానికి మరో సాధన రహస్యాన్ని మహాత్ములు బోధించారు. అదేమంటే లక్ష్యశుద్ధికల సామాన్య సాధకులు సాధ్యమైనంత తరచు తమతమ సద్గురుస్థానాలను సందర్శించాలనీ, తీవ్రసాధనకు అంకితమైన సాధకులు ఆ గురుస్థానాలనే ఆశ్రయించుకొని నివసించాలని. అలా బోధించడమే కాదు, ఎందరో మహాత్ములు అలా ఆచరించారు కూడా!

ఇటీవలి కాలంలో దీనికి చక్కని ఉదాహరణ భగవాన్ శ్రీరమణ మహర్షి. హృదయకుహర మధ్యంలో కేవలం 'నేను' అన్న అహం స్ఫురణ రూపంలో ప్రకాశిస్తున్న ఆత్మతత్త్వాన్ని శోధించి, దర్శించమని ఉద్బోధించిన భగవాన్ రమణులకు అరుణాచలంపై ఉన్న అవ్యాజమైన భక్తిప్రేమానురాగాలు భక్తులను ఒక్కోసారి ఆశ్చర్యపరచేవి. మదురైలోని తమ ఇంటిలో ఆత్మసాక్షాత్కారం పొందిన తరువాత కూడా ఆయన అరుణాచలేశ్వరుని దర్శించడానికే తపిస్తూ అరుణాచలానికి పరుగునచేరి, తమ జీవితపర్యంతం అక్కడే ఉండిపోయారు. అరుణాచలేశ్వరుడే తమ గురువని చెప్పేవారు భగవాన్. ఈ దృష్ట్యా అరుణాచలం ఆయన గురుస్థానం. శుష్కమైన మెట్టవేదాంతాన్ని తలకెక్కించుకున్న కొందరికి 'మదురైలో లేనిది అరుణాచలంలో ఏముందని భగవాన్ అలా పరిగెత్తారో' అని అనిపించక మానదు! ఒకసారి ఒక భక్తుడు, "భగవాన్, మీ దివ్యశక్తే కదా అసంఖ్యాక భక్తులను దేశదేశాలనుండి ఇక్కడకు ఆకర్షిస్తున్నది!" అంటే, వెంటనే భగవాన్ ఆ మాటను ఖండిస్తూ, *"మరి భగవాన్‌ను ఇక్కడకు ఆకర్షించిన శక్తేమిటో? ఆ దివ్యశక్తే (అరుణాచలేశ్వరుడే) అందరినీ ఇక్కడకు ఆకర్షిస్తున్నది!"* అన్నారు. భగవాన్ కేవలం వినమ్రత కోసం అన్నమాట కాదది. ఆ మాటలోని మర్మం బోధపడితే సాధన తత్త్వంలోని ఒక గొప్ప రహస్యం

మన హృదయాలలో ఆవిష్కరింపబడుతుంది. అంతేకాదు! శ్రీసాయిబాబా శిరిడీలో స్థిరపడడంలోగల పరమార్థం, తద్వారా బాబా మనకందించిన ఆదర్శం అవగతమౌతుంది.

ఈనాడు లక్షలాదిమంది భక్తులను శిరిడీకి ఆకర్షిస్తున్నది శ్రీసాయి దివ్యశక్తే! కాని, శ్రీసాయిని శిరిడీకి ఆకర్షించిన శక్తి ఏది? దానికి బాబాయే సమాధానమిచ్చారు. శిరిడీ తన గురుస్థానమనీ, అక్కడ తన గురువు సమాధి ఉన్నదనీ, కనుకనే తాము శిరిడీని తమ నివాసస్థానంగా చేసుకున్నామనీ! అన్యత్వానికి అతీతుడై, సర్వత్రా తానే వున్నానని నిదర్శనాపూర్వకంగా బోధించిన శ్రీసాయినాథుడే తన గురుస్థానాన్ని అలక్ష్యం చేయక శ్రద్ధతో ఆశ్రయించినపుడు, అన్యత్వభావంతో కొట్టుమిట్టాడే మనం "సాయి సర్వత్రా వున్నాడు కదా? శిరిడీకి పోవాల్సిన పనేమి?" అని అనడం – కేవలం హాస్యాస్పదం! సామాన్యంగా ఇటువంటి మాటలు, శిరిడీ ప్రయాణానికి డబ్బు, శ్రమ, కాలం, ఖర్చు అవుతుందనే లుబ్ధత్వాన్ని, ఆ కొద్ది కాలం కూడా ప్రాపంచిక వ్యవహారాలు వదలి పెట్టలేని మనోదౌర్బల్యాన్ని కప్పిపుచ్చుకొని సమర్థించుకొనేందుకు వేసుకొనే మేలిముసుగులు మాత్రమే. అందుకే పరమ అద్వైతాచార్యుడైన ఆదిశంకరులు కూడా, *"భావనలో సదా అద్వైతాన్ని అనుష్ఠించు! కానీ, క్రియలో మాత్రం అద్వైతం చూపకు!"* అని ఆదేశిస్తూ, *"ముల్లోకాల్లో ఎక్కడయినా అద్వైతం పాటించుకానీ, గురువు విషయంలో మాత్రం ఏ పరిస్థితులలోనూ అద్వైతం చూపకు!"* **(*"భావాద్వైతం సదాకుర్యాత్। క్రియాద్వైతం నకర్హిచిత్। అద్వైతం త్రిషులోకేషు। నా ద్వైతం గురుణాసహా॥"*)** అని హెచ్చరించారు. సాయిభక్తులకు శ్రీసాయినాథుడే సద్గురువు. అంతటా అన్ని జీవులలోనూ సర్వత్రా ఉన్నది శ్రీసాయియేనని దర్శించడం సాయిభక్తుల పరమలక్ష్యమైనా, ఆ సత్యాన్ని మనకు చాటింది శిరిడీలో సంచరించిన ఆ శ్రీసాయిరూపమేననే సత్యాన్ని మనం మరువరాదు.

అందుకే, *"ఎవరైనా సాయిబాబా అంటే యీ మూడున్నర మూరల దేహం మాత్రమేనని భావిస్తే వారసలు నన్ను చూడనట్లే!"* అని చెప్పిన బాబానే, *"ఎవరయితే భక్తితో యీ మసీదులో అడుగిడుతారో వారి కర్మ నశించినట్లే"*ననీ, తాము *'సమాధినుండే తమ అవతార కార్యాన్ని నిర్వహిస్తామ'*నీ, *"నా మట్టి మాట్లాడుతుంది! సమాధి సమాధానమిస్తుంది"* అని కూడా చెప్పారు. ఎందరో భక్తులకు వారు 'శిరిడీలో ఉన్నంతవరకు' వారికెటువంటి ఆపదకలగదని నిదర్శనాపూర్వకంగా తెలియచేసారు. మరెందరో భక్తులకు ప్రత్యక్షంగానూ, స్వప్నదర్శనాల ద్వారానూ, తమ మనోవాంఛల సాఫల్యానికి 'కేవలం' శిరిడీ దర్శించమని ఆదేశించారు. యోగాభ్యాసతత్పరుడైన శ్రీఉపాసనీ మహరాజ్ తన యోగసాధనలో కలిగిన ఆటంకాలను అధిగమించలేక, ఎందరో యోగులను మహాత్ములను దర్శిస్తూ, చివరకు శిరిడీ చేరి బాబాను ఆశ్రయించాడు. అప్పుడు శ్రీసాయి ఆయనకు విధించిన సాధన – 'శిరిడీలో నాలుగేళ్ళు ఉండ'మని! మరి ఆ నాలుగేళ్ళు శిరిడీలో తానేం సాధన చేయాలని శ్రీఉపాసనీ అడిగినపుడు, *"భోజనం చేసి, ఊరక కూర్చో! చాలు. చేయవలసినదంతా నేను చేస్తాను!"* అన్నారు బాబా. అంటే లక్ష్యశుద్ధితో ఊరక శిరిడీలో గడపడమే ఒక మహత్తర ఆధ్యాత్మికసాధనగ బాబా విధించారన్నమాట! *శిరిడీలో ఎక్కడ కొన్నా అది తన స్వహస్తాలతో ఇచ్చిన ప్రసాదమనీ, 'ఎవరైతే (తమ) గురుస్థాన ప్రాంగణాన్ని ప్రతి గురు శుక్రవారాలు చిమ్మి శుభ్రం చేసి ధూపం వేస్తారో వారిని దైవం అనుగ్రహిస్తాడనీ'* కూడా చెప్పారు. ఇవన్నీ శిరిడీ క్షేత్రానికి బాబా ఎంతటి ప్రాముఖ్యాన్నిచ్చారో తెలియజేస్తున్నాయి.

ఈనాటికీ, శిరిడీ దర్శించిన అసంఖ్యాక భక్తులకు శ్రీసాయి అద్భుత సన్నిధి అనుభవమౌతూనే ఉంది. శిరిడీ దర్శించక ముందు, ఆ తరువాతకు తమ జీవిత గమనంలో ఎంతో మార్పు కొట్టొచ్చినట్లు కనిపిస్తుండటం ఎందరో భక్తుల అనుభవం.

ముల్లును ముల్లుతో తీసినట్లు, మనలోని అన్యత్వభావాన్ని పోగొట్టుకోవాలంటే, (బాబా మాటల్లో, ఆయనకు మనకు ఉన్న 'అడ్డుగోడ'ను పడగొట్టాలంటే) యీ అన్యత్వంలో భాగమైన శ్రీసాయిరూపం, సన్నిధి, శిరిడీ ప్రభావం మొదలయిన సాధనాలను ఆశ్రయించక తప్పదు!* ❋

---

*ఈ అంశాన్ని గూర్చిన మరికొంత తాత్త్విక వివరణ ఈ గ్రంథంలోనే ప్రచురింపబడిన "సద్గురు సన్నిధిలో సాధన - దాని తత్త్వశోధన" అన్న వ్యాసంలో చూడవచ్చు. - పబ్లిషర్స్.

'తృప్తిని, శాంతిని, సంతోషాన్ని, నమ్మకాన్ని,
నిశ్చింతను - మాటలలో వివరించలేని విధంగా-
మనకు అనుభవమయ్యేలా చేసేవారే సద్గురువు.
ఆ సద్గురువు పట్ల మనకున్న ప్రేమను వ్యక్తం
చేయడానికి చేసే ప్రతి పని పూజే!"

-శ్రీబాబూజీ

సద్గురు సన్నిధిలో సాధన
– దాని తత్త్వశోధన

శ్రీసాయిబాబా వంటి సమర్థ సద్గురుమూర్తి యొక్క సన్నిధి ప్రభావం సాధకుని అంతరంగంలో ఎటువంటి మార్పులు కలుగజేస్తుందో పరిశీలిద్దాం! అది ప్రత్యక్ష (భౌతిక) సాన్నిధ్యం కావచ్చు, లేదా పరోక్షమైన దివ్య సన్నిధి కావచ్చు! సద్గురు కృపావిశేష ప్రభావం వల్ల మన అంతరంగంలో సాగే ఆ మౌనరాగం యొక్క శృతిలయవిన్యాసాలు అవగతం కావాలంటే, ముందు మన అంతరంగం యొక్క స్వరూప స్వభావాలేమిటో కొంచెంగానయినా అవగహనమవ్వాలి కదా? సరి!

మన అంతరంగం ఒక కొలనువంటిదనుకొంటే, అందులోని నీరే మనలోని ఎఱుక లేక చైతన్యం. సహజంగా నిశ్చలంగా ఉండే నీటిపై గాలి వీచడమో, ఏదైనా వస్తువులు బయటనుండి నీటిలో పడటమో జరగడం వలన చలనం కలిగి, ఆ చలనం అలల(తరంగాల) రూపంలో వ్యక్తమవుతుంది. అలానే బాహ్యాజగత్తులోని వివిధ వస్తువుల, వ్యక్తుల, సంఘటనల పట్ల (వల్ల) మన 'ఎఱుక'లో జరిగే వివిధ ప్రతిస్పందనలే అలలు అలలుగా మన మనస్సులో చెలరేగే ఆలోచనలు. ఆ బాహ్యా విషయాలనే ప్రేరణలు కొలనులోనికి విసరబడ్డ మట్టిబెడ్డలవలె నీటి ఉపరితలాన్ని (మనస్సును) తాకి అలల సుడులు (ఆలోచనలు) రేపి, కొలను అట్టడుగుకు (హృదయంలోకి) చేరుకొని (విషయవాసనల రూపంలో) పేరుకుపోతాయి. నీటి (మనస్సు)

ఉపరితలాన్ని తాకే వస్తువు (విషయప్రేరణ) యొక్క పరిమాణం, వేగాన్నిబట్టి అది సృష్టించే అలల తరంగదైర్ఘ్యం, వేగం ఆధారపడి ఉంటాయి. ఒక్కొక్కసారి ఎన్నో విషయాలు ఒక్కసారిగ వెంటవెంటనే మనస్సును తాకడం వల్ల అవి సృష్టించే సుడుల నుండి బయలుదేరే కెరటాలు ఒకదానితో ఒకటి కలసి మరో సరిక్రొత్త కెరటంగా రూపుదిద్దుకోవచ్చు; లేదా రెండు కెరటాలు పరస్పర విరుద్ధంగా ఢీకొని వాటి బలాన్ని కోల్పోనూవచ్చు! ఈ బాహ్య విషయప్రేరణలు సామాన్యంగా మన మనస్సు యొక్క మెలకువ స్థితిలోనే (జాగ్రదావస్థలోనే) మనకనుభవమౌతాయి. కనుక మెలకువ స్థితి యొక్క అంచు – అంటే, మెలకువకు నిద్రకు మధ్యనుండే సంధి – కొలను గట్టు వంటిదన్నమాట. మెలకువ స్థితిలో మన మనస్సనే కొలనులో పడ్డ విషయప్రేరణలు సృష్టించిన అలలు ఒడ్డుకుచేరి, గట్టును ఢీకొని వెనక్కు ప్రతిస్పందిస్తాయి. అలా వెనక్కు ప్రతిస్పందించే అలల ప్రకంపనలే మనకనుభవమయ్యే కలలు (స్వప్నాలు)! ఒడ్డును ఢీకొనే అలల స్వరూపస్వభావాల మీద, వాటి వేగాన్ని బట్టి, వెనక్కు మరలే ప్రతికంపన ఆధారపడి ఉంటుంది. అందుకనే జాగ్రదావస్థలో మనకు కలిగే అనుభవాల 'నీడల' మాదిరి కలలు మనకనుభవమవుతుంటాయి.

ఈ కంపన - ప్రతికంపనల మధ్య నీరు (మనస్సు) తన సహజ స్థితియైన స్థిరత్వం కోసం చేసే ప్రయత్నమే 'సుషుప్తి'. వివిధ విషయాల ప్రేరణల వల్ల చెలరేగిన అలలతో అల్లకల్లోలంగా ఉండే కొలనులా ఉంటుంది సామాన్యంగా మన మనఃస్థితి. నీటి ఉపరితలం అలలతో అల్లకల్లోలంగా ఉన్నప్పుడు కొలను యొక్క అడుగు స్పష్టంగా కనిపించనట్లే, చిత్తవృత్తుల తెరల మాటున అంతరంగపు అట్టడుగు పొరలలో చిరకాలంగా పేరుకొని పోయిన విషయవాసనలు మనకవగతం కావు.

ఈ స్థితిలో సద్గురు కృపావిశేషం వల్ల, జన్మాంతర ఋణానుబంధం వల్ల సాధకుడు ఆర్తితో సద్గురు సన్నిధి చేరి, ఆయనను ఆశ్రయిస్తాడు. అలా

సద్గురు సన్నిధిని ఆర్తితో ఆశ్రయించే 'అవసరం' కలగడానికి దోహదం చేసే వివిధ సంఘటనలు అనుభవాలే 'నిజానికి' సద్గురు 'ప్రభావం వల్ల' మన అంతరంగంలో జరిగే 'సాధన' యొక్క మొదటి దశ! ప్రత్యక్షంగా సద్గురువును ఆశ్రయించడానికి ముందు జరిగే యీ 'దశ' సాధనలో ఒక దశగ మన ఎఱుకలోనికి రాదు. మన దృష్టిలో సద్గురువును ఆశ్రయించడంతోనే 'సాధన' మొదలయినట్లు లెక్క. కానీ, సద్గురు దర్శనానికి 'దారితీసే' పరిస్థితులను తమ దివ్యశక్తిచే మలచడంలో శ్రీసాయి వంటి సద్గురుమూర్తి ప్రసాదించే 'మార్గదర్శకత్వం' పూర్తిగ ఆ సద్గురుమూర్తికే ఎఱుక. *"నా భక్తుణ్ణి నేనే ఎన్నుకుంటాను!" "నా భక్తుడు ఎంత దూరాన వున్నా - పిచ్చుక కాలికి దారం కట్టి లాక్కొన్నట్లు - రకరకాల మిషలమీద నేనే వారిని నా దగ్గరకు రప్పించుకొంటాను. ఎవరూ వారంతటవారుగ నా వద్దకు రారు!"* అని శ్రీసాయిబాబా చెప్పిన మాటల్లోని పరమార్థం ఇదే!

ఆర్తితో సద్గురు సన్నిధిని చేరగానే, సచ్చిదానంద స్వరూపమైన సద్గురు సన్నిధాన ప్రభావం వల్ల మన అంతరంగంలో సాగే కల్లోలం తక్షణం శాంతించి, అంతఃకరణ స్థిరత్వాన్ని పొందుతుంది. ఇదే సాధారణంగా మహాత్ముల సన్నిధిలోకి అడుగిడగానే మనకనుభవమయ్యే శాంతి ఆనందాలు, భద్రతాభావము! ఆ అనుభవంవల్ల సద్గురు సన్నిధిని చేరిన వ్యక్తి సద్గురువు పట్ల మరింతగా ఆకర్షింపబడతాడు. శ్రీసాయిబాబా, భగవాన్ శ్రీరమణమహర్షి వంటి సద్గురుమూర్తులను దర్శించిన భక్తులందరికీ ఈ శాంతి ఆనందాలు 'కొట్టొచ్చినట్లు' అనుభవమయ్యేవి. ఈ అపూర్వ శాంతి ఆనందాలనుగూర్చి శ్రీజి.యస్.ఖాపర్డే, శ్రీమతి తర్ఖడ్ మొదలైన భక్తుల స్మృతులు శ్రీసాయి చరిత్రలలో చూడవచ్చు. ఇది సద్గురు సన్నిధిలో సాధకుడు పొందే రెండవదశ.

అలా సద్గురు సాన్నిధ్యానికి ఆకర్షింపబడ్డ భక్తుడు, మరికొంత కాలం ఆ శాంతి ఆనందాలను అనుభవిస్తూ, వాటిని సుస్థిరం చేసుకుందామనే

తపనతో సద్గురు సాన్నిధ్యంలోనే ఉంటూ 'సాధన' చేసుకోవాలని తలుస్తాడు. గురుకృప ఉంటే అలా సద్గురు సాన్నిధ్యంలో ఉండాలనే తలంపు నెరవేరుతుంది కూడా! కానీ, ఆ దివ్య సన్నిధిలో కొంతకాలం గడిపేసరికి, క్రమంగా సాధకుని అంతరంగంలో ఎప్పుడూ లేనంత భావతీవ్రతతో రకరకాల కోరికలు, విషయవాంఛలు, ప్రాపంచిక వ్యామోహాలు చెలరేగి, మనస్సు తిరిగి చంచలమవుతుంది! శాంతి ఆనందాల స్థానే ఏదో తెలియని హృదయవేదన చోటు చేసుకోనారంభిస్తుంది. మనసు ఓ పట్టాన ధ్యానంలో నిలువదు. ధ్యాస విషయానుభవాలవైపుకు లాగుతుంటుంది. మొదట బాగా జరుగుతూండిన జపధ్యానాలు అసలు జరగకుండా పోతుంటాయి. ఎందుకో అర్థం కాదు! చాలావరకు జయించేసామని 'అనుకొంటుండిన' కామము, కోపము, అసూయ మొదలయిన మనోవికారాలు ఇనుమడించిన భావతీవ్రతతో మనస్సును ఆక్రమించుకొంటాయి. నానారకాల 'అపవిత్రపు'టాలోచనలు మనసులో తొంగిచూస్తుంటాయి. "ఛీ! ఛీ!! ఇదేమిటి? పవిత్ర సద్గురు సన్నిధిలో కూడా ఇటువంటి పాడు ఆలోచనలు వస్తున్నాయే! నా అంతటి పాపాత్ముడు మరొకడుంటాడా?" అని తనను తాను చీదరించుకుంటాడు. చిత్తంలో తలెత్తే చెత్త ఆలోచనలను అణచివేయడానికి ప్రయత్నించేకొద్దీ, అవి రెట్టింపు బలంతో పైకి తన్నుకొస్తుంటాయి. 'ఆత్మసాక్షాత్కారం కోసం కూర్చుంటే నా పాపాత్మస్వరూపం ఇలా నగ్నంగా సాక్షాత్కరిస్తున్నదేమిటి?' అని కించపడతాడు.

ఒకవైపు తాను సాధింపదలచుకొన్న ఉన్నత లక్ష్యం; మరోవైపు విజృంభించిన మనో 'బలహీనతల' బలం! ఈ రెండింటి సంఘర్షణలో సాధకుడు నలిగిపోతాడు. తన స్థితి తనకే దుర్భరంగా తోస్తుంది. ఈ దుర్భర స్థితిలో సాధకుని అంతరంగంలో సాగే సంతాపసంఘర్షణారూపమైన 'మథనమే' అసలైన తపస్సు! ఈ సంఘర్షణ ఎంత తీవ్రంగా సాగితే సాధకుని స్థితి అంత దుర్భరంగా దుస్సహంగా తయారవుతుంది. ఈ దుర్భరస్థితి

సాధకుని శ్రేయస్సుకేనని తెలిసిన సద్గురువుకు మాత్రం అతని 'స్థితి' ఎంతో సంతోషదాయకంగా ఉంటుంది! సద్గురువు యొక్క ఆ సంతోషాన్ని గమనించిన సాధకుడు మాత్రం తన గురుదేవుడు తన బాధను అర్థం చేసుకోవడం లేదనీ, తన పరిస్థితి 'పిల్లికి చెలగాటం - ఎలుకకు ప్రాణసంకటం'లా ఉందని ఇంకా కృంగిపోతాడు.

వాసనల యీ హఠాద్విజృంభణకు కారణమేమిటి? కొలనులోని నీటి ఉపరితలంపైన అలల ఉధృతి (చలనం) తగ్గి నిశ్చలంగా అయ్యేకొలదీ, కొలను అడుగు స్పష్టంగా గోచరించడమేకాక, అంతకు ముందు అడుగున పేరుకొని ఉన్న కుళ్ళు నెమ్మదిగా పైకి తేలడం మొదలవుతుంది. ఇదే యీ దశలో సాధకుని అంతరంగంలో కూడా జరిగేది. ఒక్కొక్కసారి కొందరు వ్యక్తుల విషయంలో అంతర్గతమైన వాసనలు ఒక్కసారిగా – కట్టలు త్రెంచుకొని ప్రవహించే వరద నీటిలా – అతి ఉధృతమైన వేగంతో వెలికి వస్తాయి. ఆ ఉధృతికి మనస్సుపై సామాన్యంగా ఉండే అదుపు కోల్పోయి, చూచేందుకు వారు మనఃస్థిమితం తప్పినవారిలా ప్రవర్తిస్తున్నట్లు కనిపిస్తుంది. అయితే, ఇది తాత్కాలికం! చాలా అరుదుగా జరిగే విషయం! వాసనలు బహిర్గతమయ్యే వేగం తగ్గగానే, అంతకు ముందుకంటే ఎక్కువ స్థిరమైన నిర్మలమైన వ్యక్తిత్వాన్ని వారు సంతరించుకుంటారు. స్వభావసిద్ధంగా మనసులో బలంగా ఏర్పడ్డ కోరికలు, వాసనలు సహజరీతిన బహిర్గతం కానివ్వకుండా బలవంతంగా త్రొక్కిపెట్టి, బాహ్యంగా దానికి భిన్నమయిన మరో వ్యక్తిత్వాన్ని (personality) వ్యక్తం చేస్తూ, పరస్పర విరుద్ధమైన వ్యక్తిత్వపు ధోరణుల సంఘర్షణలో వ్యవహరించే వ్యక్తుల్లోనే సామాన్యంగా పైన చెప్పిన 'ఉధృతపరిణామం' కనిపిస్తుంది.

క్రమంగా ప్రాపంచిక వాసనల బలం పెరిగి, తన లక్ష్యం పట్ల శ్రద్ధ-దీక్ష క్షీణించడం ప్రారంభమవుతుంది. 'ఎప్పుడెప్పుడు సద్గురు సన్నిధి నుండి బయటపడదామా!' — అని మనసు ఉవ్విళ్ళూరుతుంటుంది.

సాధనలో మనసు నిలువక, తిరిగి లౌకికవ్యవహారాలు చేపట్టానని చెప్పుకోవడానికి అవమానం కనుక, సద్గురు సన్నిధి నుండి బయట పడేందుకు అవసరమైన ఉపాయాలు కారణాలు వెతుక్కొంటాడు. అంతకు ముందు జ్ఞప్తికి రాని ధర్మాలు, సాంసారిక బాధ్యతలు – కర్తవ్యాలపట్ల హఠాత్తుగా 'కళ్ళు తెరుస్తాడు'. వాటికి తానే అనివార్యమనే ప్రాముఖ్యాన్నిచ్చి, సద్గురువు యొక్క ప్రత్యక్ష సాన్నిధ్యపు కక్ష్య నుండి రాకెట్ వేగంతో బయటపడతాడు. కాదు! బయటపడ్డానని భావిస్తాడు. కానీ, సద్గురుని ప్రేమ పంజరం నుండి బయటపడ్డాననుకునే ఆ సాధకుడనే పిచ్చుక, తన కాలికి సద్గురు కృపావీక్షణమనే దారం కట్టబడివున్నదని గ్రహించడు. సర్వత్రా నిండివున్న సద్గురు అనుగ్రహశక్తి సాధకుణ్ణి తిరిగి సాధన కక్ష్య లోకి రప్పించే పరిస్థితులను కల్పించసాగుతుంది. సామాన్యంగా ఎక్కువ శాతం సాధకులు ఈ దశలోనే శ్రద్ధాయుతమైన సాధనకు తాత్కాలికంగా దూరం అవుతారు.

సద్గురువు సశరీరులుగా ఉంటే ఇంకో ప్రమాదం కూడా ఉంది! బాహ్యంగా సద్గురు సన్నిధినుండి దూరంగా పోలేని పరిస్థితులే ఉంటే, - హృదయాంతరాళాల లోపలి పొరలనుండి బహిర్గతమవుతున్న విషయవాసనా ప్రకోపం వల్ల - మనసు సద్గురుసన్నిధిలోనే తన లౌకికవాసనల అభివ్యక్తీకరణకు పరిస్థితులు కల్పించుకునేందుకు ఆయత్తమౌతుంది. అందుకే సద్గురుమూర్తులను ఆశ్రయించిన ఎందరో సాధకులు క్రమంగా తాము అక్కడకొచ్చిన లక్ష్యం మరచిపోయి సాటి భక్తులతోటి వర్గపోరాటాలతో మత్సరాలతో, (సంస్థలుంటే) సంస్థాగతమైన వ్యవహారాలలో తలదూర్చి 'ఆధ్యాత్మికరాజకీయాల్లో మునిగి'పోతారు. శ్రీసాయి వంటి సద్గురుమూర్తుల సన్నిధిలో జరిగే ఈ వాసనా చక్రభ్రమణ విజృంభణాన్ని తట్టుకొని 'శ్రద్ధాసబూరీల'తో ఎంతవరకు తనను తాను నిలువరించుకోగలడోనన్న దానిపై సాధనలో జయాపజయాలు ఆధారపడి ఉంటాయి!

శ్రీఉపాసనీబాబాను తరచు తమ దర్శనానికి కూడా మసీదుకు రాకుండా ఖండోబా ఆలయంలోనే ఏకాంతంగా 'ఊరక కూర్చోమని' బాబా ఆదేశించిన కారణాలలో ఇదీ ఒకటి.

అయినా, ఈ విషయంలో సాయిభక్తులకు మాత్రం ఎటువంటి భయానికి తావులేదు. ఎందుకంటే తమ *'భక్తుని ఎన్నటికీ పతనం కానివ్వననీ'*, (ఆంతర్యంలోగానీ, బాహ్యంగాగానీ) ***'అతడు తనకెంత దూరానవున్నా- సప్తసముద్రాల కావలవున్నా- పిచ్చుక కాలికి దారం కట్టి లాక్కొన్నట్లు - తమ వద్దకు రప్పించుకొంటాననీ'*** కదా బాబా ఇచ్చిన హామీ!

ఇకనేమి? (ఉపాసనీబాబా విషయంలో జరిగినట్లు) సద్గురు కృపాబలం వల్ల తప్పనిసరైతేనేమి, సాధకుని వివేకబలం వల్లనైతేనేమి, తన లక్ష్యశుద్ధిని కాపాడుకొని సద్గురు సన్నిధిలో సాధన కొనసాగిస్తే ఈ వాసనాక్షయపర్వంలో నాల్గవ అధ్యాయం ఆరంభమౌతుంది. ఈ దశలో సాధకుడు తన ప్రయత్నం ఒట్టి భ్రమేననీ, నిజానికి తన సాధనను నడిపించేది సద్గురుకృపాహస్తమేననీ స్పష్టంగా గ్రహిస్తాడు.

శ్రీసాయిబాబా వంటి సమర్థ సద్గురువు తన దివ్యశక్తిచేత సాధకుని అంతరంగంలో పేరుకొనివున్న మలిన వాసనలను కొన్నిదివ్యానుభవాల ద్వారా నిర్మూలిస్తాడు. ఎన్నో జన్మల కఠోరతపస్సు చేసినా క్షాళనకాని ఎన్నో మలిన విషయవాసనలను సద్గురువు కేవలం తన కృపావిశేషంతో మటుమాయం చేస్తాడు. బాబా తమ లీలాప్రబోధాల ద్వారా సద్భావనలు మన అంతరంగపు లోతులలో నాటుకొనేలా ఎలా చేయగలరనేది శ్రీసాయిబాబా చరిత్ర చదివితే ఇట్టే అవగతమవుతుంది. ఇక అంతఃకరణ మాలిన్యాన్ని శుద్ధి చేసేందుకు సద్గురువు సామాన్యంగా ఎన్నుకొనేది, వివిధ 'స్వప్నానుభవాలు', 'దివ్యదర్శనాలు'. ఎందుకంటే, నిద్రావస్థలోను, సరైన ధ్యానస్థితిలోను సాధకుని అహంకారం బలహీనంగా, పలుచగా ఉండి, సద్గురు ప్రభావాన్ని నిరోధించకుండా గ్రహించి, ఆయన సంస్కరణ కార్యాన్ని సుగమం చేస్తుంది.

జాగ్రదావస్థలో కలిగిన అనుభవాల ప్రతికంపనలే కలల (స్వప్నాల) రూపంలో మనకవగతమవుతాయని ముందు తెలుసుకొన్నాము. కానీ, సామాన్యంగా మనకొచ్చే స్వప్నాలు మన విషయవాసనలను ఇంకా బలపరచి, వాటిని భద్రంగా హృదయపులోతుల్లోకి నెట్టివేస్తాయి. కానీ, సద్గురుసన్నిధిలో సాధకునికి అనుభవమయ్యే స్వప్నాలు అతని అంతరాళపు లోపలి పొరలలో దాగిన వాసనలను బయటకు నెట్టి, వాటిని నిర్మూలిస్తాయి. అటువంటి దివ్యానుభవం కలిగిన తరువాత సాధకుని మనఃస్థితిలోను, ఆలోచనాధోరణిలోను, దృక్పథంలోను పెద్ద మార్పు కొట్టొచ్చినట్లు కనిపిస్తుంది. ఒక్కోసారి ఆ స్వప్నానుభవాలు సాధకునికి భౌతికంగానూ, తన చుట్టూవున్న పరిస్థితులలోను కూడా మార్పులు కలుగజేస్తాయి. భీమాజీ పాటిల్‌కు వచ్చిన ప్రమాదకరమైన క్షయరోగాన్ని బాబా రెండు స్వప్నానుభవాల ద్వారా నివారించిన లీల మొదలైనవి ఇందుకుదాహరణలు. అదే మనోచాంచల్యరూపాలైన సాధారణ స్వప్నాలకు, గుర్వనుగ్రహం వల్ల కలిగిన దివ్యస్వప్నాలకు ఉన్న తేడా. ఉప్పుకప్పురాల వలే అవి చూచేందుకు ఒకేలావున్నా, అనుభవించి చూస్తే కానీ వాటి రుచులలోని తేడా బోధపడదు. ఈ కారణంగానే మహాత్ముల దర్శనానికి, వారి సమాధిస్థానాలయిన పవిత్రక్షేత్రాలకు వెళ్ళినపుడు కనీసం మూడు రోజులైనా 'నిద్రచేయాలనే' నియమం పెద్దలు విధించినది.

అయితే ఇక్కడ ఇంకొక్కమాట! సద్గురు సాన్నిధ్యంలో దీర్ఘకాలం ఉంటూ సాధన చేసుకొనేవారిలోనే యీ సాధన పరిణామ దశలు ప్రస్ఫుటంగా కన్పిస్తాయి.[1] ఇతరుల్లో యీ పరిణామం అంత స్పష్టంగా గమనికకు రాదు. కొందరి విషయంలో, వారివారి వాసనాబలం దృష్ట్యాగానీ, మరే కారణంచేత

---

[1] పైన పేర్కొన్న 'దశలు' కేవలం అవగాహనా సౌలభ్యం కోసం చేయబడ్డ విశ్లేషణే తప్ప, అవి ఆధ్యాత్మిక స్థితులలోని హెచ్చుతగ్గులను సూచించే నిర్దిష్ట కొలమానికలు కావు.

గానీ, ఆ సాధకునిలోని కొన్ని వాసనల క్షయం భౌతికానుభవాల ద్వారానే జరగాలనేది సద్గురుని సంకల్పమయితే, తదనుగుణమయిన పరిస్థితులు కల్పించబడి ఆయా అనుభవాలద్వారానే వాసనాక్షయమవుతుంది. ఈ దశలో అత్యున్నత స్థితికి చేరిన సాధకులు, సద్గురు భక్తులు కూడా ఇంద్రియ భోగలాలసతకు, ధనవ్యామోహానికి, కీర్తికాముకత్వానికి లోనయినట్లు కనిపిస్తారు. ప్రపంచం వారిని యోగభ్రష్టులుగా పరిగణిస్తుంది. అయితే, ఎవరు వాస్తవంగా యోగభ్రష్టులో, ఎవరు వాసనాక్షయ సాధనమైన యోగంలో వున్నారో గ్రహించే యోగ్యత, సామర్థ్యం, అధికారం - సాయి వంటి పరిపూర్ణ సద్గురు మూర్తులకే తప్ప అన్యులకు అసాధ్యం!

ఈ సందర్భంలో మరో విషయం ప్రస్తావించడం అప్రస్తుతం కాదు. పైన వివరించిన సద్గురు సన్నిధి ప్రభావం గురించి చదివిన తరువాత, అటువంటి ప్రభావం శ్రీసాయి సశరీరులుగా ఉన్నప్పుడు ఉండేదేమోగానీ, యీనాడు శిరిడీలో అంతటి ప్రభావం ఉంటుందా? - అనే సందేహం కొందరు సాయిభక్తులకు కలుగవచ్చు. సరైన రీతిలో శ్రీసాయిచరిత్ర చదువని వారికి, శ్రద్ధతో శిరిడీ దర్శించని వారికి మాత్రమే కలిగే సందేహమిది! ఎందుకంటే *'సమాధి అనంతరం మరింత ముమ్మరంగా తమ అవతార కార్యాన్ని కొనసాగిస్తాననీ', 'పిలిస్తే పలుకుతాననీ, తలిస్తే దర్శనమిస్తాననీ'* బాబా చేసిన ప్రతిజ్ఞలు నిత్యసత్యాలని అసంఖ్యాక సాయిభక్తుల అనుభవం. అంతేకాదు! శిరిడీ దర్శించిన వేలాది భక్తులకందరకూ సామాన్యంగా కలిగే అనుభవం ఒకటున్నది. అది 'కాలగతి' (Passing of time) స్ఫురణకు రాకపోవడం! అక్కడున్నన్ని రోజులు (వారం పదిరోజులయినా) మన సమస్యలు, ప్రాపంచిక బంధాలు, బాధ్యతలు గుర్తుకురావు. రోజులు క్షణాల్లా దొర్లిపోతాయి. "అరె! మనం శిరిడీ వచ్చి అప్పుడే ఇన్ని రోజులయిందా? నిన్నమొన్న వచ్చినట్లుందే!" అని శిరిడీ వదలి వెళ్ళేరోజు సామాన్యంగా అందరూ అనుకోవడం కద్దు! చూచేందుకు ఇది చాలా చిన్నవిషయంగా

కనిపించినా, సూక్ష్మంగా ఆలోచిస్తే ఇది చాలా అద్భుతమైన విషయమని అవగతమవుతుంది. అహంకారపు లోపలి పొరలు బలహీనమయితేగాని, 'కాలగతి' స్ఫురణకు రాకుండా పోదు. నిర్వికల్ప సమాధిలో మాత్రమే కాలగతి పూర్తిగా స్ఫురణకు రాకుండా పోతుందని యోగశాస్త్రం చెబుతున్నది. ఆ స్థితికి కూడా అతీతమయిన స్థితిలో ఉన్న శ్రీసాయియొక్క సన్నిధి ప్రభావం వల్లనే శిరిడీలో మనం ఆ అనుభవం యొక్క అంచులు రుచి చూస్తాం! ఇది సామాన్యంగా మన గుర్తింపుకు రాకుండానే జరిగిపోయే విషయం. కేవలం ఆయన సన్నిధి ప్రభావం వల్లనే మన వంటి పామరులకు కూడా రోజులు క్షణాల్లా గడిచినపుడు, శ్రీసాయి తన వయస్సు లక్షల సంవత్సరాలని చెప్పడంలో ఆశ్చర్యం ఏముంది? శిరిడీలో శ్రీసాయిసన్నిధి నిత్యసత్యం; ఆయన కృపారసం కుండబోతగా ఇప్పటికీ వర్షిస్తూనే ఉంది. సాయిలీలాప్రబోధం నిరంతరం కొనసాగుతూనే ఉంది! ❋

"ఎవరైతే ఎప్పడూ నన్ను గురించిన విషయాలే వింటూ,
మాట్లాడుతూ, ఎప్పడూ 'సాయి' 'సాయి' అన్న నామాన్నే స్మరిస్తూ,
నన్నే అనన్యంగా నమ్ముకొని ఉంటాడో - వాడు ఇహపరాల
గురించి భయపడవలసిన పనిలేదు.

-శ్రీసాయిబాబా

సాయిభక్తులకు శ్రీగురుచరిత్ర పారాయణ విధాయకమా?

గురుభక్తి ప్రబోధాత్మకమైన 'శ్రీగురుచరిత్ర' సాధకులకు శిరోధార్యమైనది. అందులో వర్ణింపబడ్డ గురుమహిమ, గురుస్తుతి వంటి గురుభక్తి ప్రబోధాత్మకమైన అంశాలు ఆధ్యాత్మికసాధన మనుగడకు ఆహారంవంటివి. ప్రాతఃస్మరణీయులైన శ్రీపాద శ్రీవల్లభస్వామి, శ్రీనృసింహసరస్వతీస్వామివంటి మహాత్ముల చరిత్రలు సాధకులు అవశ్యం పఠింపవలసినవి. అయితే, సంత్ కబీర్, జ్ఞానేశ్వర్ మహరాజ్, తుకారాం మహరాజ్, ఏకనాథ్ మహరాజ్, శ్రీసాయిబాబా మొ॥న ఎందరో సద్గురుమూర్తులచే 'కాలదోషం' పట్టించబడ్డ ఎన్నో ఛాందస ఆచారాలు, దురాచారాలు, మూఢవిశ్వాసాలు (కొన్ని చారిత్రక కారణాల ప్రభావం వల్ల) ఆ గ్రంథంలో 'చొప్పించ'బడ్డాయి. దానికి తోడు, పరిపూర్ణమైన శ్రీసాయిసంప్రదాయం దత్తసంప్రదాయంలో 'ఒక భాగం' మాత్రమేనని, సాయిభక్తులకు సాయిచరిత్ర కంటే శ్రీగురుచరిత్ర పారాయణే ప్రధానమనే ప్రచారం ఒకటి ఇటీవల ప్రారంభమైంది. కానీ, శ్రీసాయిబాబా తమ లీలాప్రబోధాల ద్వారా మానవాళికందించిన మహిత సంప్రదాయానికీ, శ్రీగురుచరిత్రలో చొప్పించబడ్డ కాలదోషం పట్టిన కొన్ని సంప్రదాయ 'అవశేషాలకు' మధ్యనున్న వైరుధ్యం దృష్ట్యా ఎందరో సాయిభక్తులు శ్రీగురుచరిత్ర పారాయణ వల్ల కొంత భావసంఘర్షణకు గురవుతున్నారు. ఈ పరిస్థితులలో దత్తసంప్రదాయం యొక్క పుట్టుక-పరిణామం, ఆ సంప్రదాయం

యొక్క ముఖ్యలక్ష్యాలు — లక్షణాలు, అవి శ్రీగురుచరిత్రలో ఎంత వరకు ప్రతిబింబిస్తున్నాయి, ఇవి శ్రీసాయి సంప్రదాయంలో ఎంతవరకు ఇముడుతాయి, మొ॥న అంశాలను కొంతైనా పరిశోధించి అవగాహన చేసుకోవడం ఎంతైనా అవసరం!

పరిపూర్ణ సద్గురుస్వరూపానికి పర్యాయపదం దత్తస్వరూపం. అన్ని మతసంప్రదాయాల, ఆధ్యాత్మికతత్త్వదర్శనాలకు మూలం సద్గురుమూర్తుల లీలాప్రబోధాలే. వేదాలు సత్యద్రష్టలైన మహర్షుల దర్శనాలు; ఆ దర్శనాల ఆదర్శమే వైదిక మతానికి పునాదులు; హైందవధర్మానికి ఒరవడి మహర్షుల నడవడి. అందుకే వేదాన్ని నిత్యం పారాయణ చేయమనీ, అలా పారాయణ చెయ్యటం ద్వారా వేదసారాన్ని గ్రహించి, తదనుగుణంగా నడచుకొమ్మని వైదికధర్మం ఉద్బోధిస్తున్నది, - ***"వేదోనిత్యమధీయతాం, తదుతితం కర్మస్వనుష్ఠ్యతాం!"*** అని. తత్త్వతః యీ వేదపారాయణ వైదిక సంప్రదాయంలో విధించబడ్డ గురుచరిత్ర - ప్రబోధాల పారాయణే!

యూదులలో ఏసుక్రీస్తుకు ముందు ప్రభవించిన ప్రవక్తల (సద్గురువుల) జీవిత ప్రబోధాలు యూదుమతానుయాయుల పవిత్రపారాయణ గ్రంథమయితే, ఏసుప్రభువు యొక్క చరిత్ర-బోధనలు (బైబిల్) క్రైస్తవుల పవిత్రపారాయణ గ్రంథము. బైబిల్‌లో ఏసుక్రీస్తును 'రబ్బీ' (the Master, సద్గురువు) అని ప్రస్తావించబడి ఉంది. ఇక, మహమ్మద్ ప్రవక్త జీవిత విశేషాలు - బోధనల రూపమైన ఖురాన్ మహమ్మదీయులు శ్రద్ధగా పారాయణ చేసుకునే పవిత్రగ్రంథం. అంటే, అవన్నీ ఆయా మతసంప్రదాయాలను ప్రవర్తిల్లచేసిన పరిపూర్ణ సద్గురుమూర్తుల చరిత్ర – బోధనల పారాయణన్న మాట! తపస్సంపన్నులు, సత్యద్రష్టలుయైన మహర్షులు, సద్గురువులు, ఆచార్యులు వైదిక సంప్రదాయాన్ని ప్రభావితం చేస్తున్నంత కాలం వైదిక మతం విజ్ఞానస్ఫూర్తితో విలసిల్లింది. క్రమంగా యజ్ఞయాగాది కర్మకాండ యొక్క ప్రాబల్యం పెరిగి, తాత్త్విక ఆధ్యాత్మికపరమైన గురుసంప్రదాయం

సన్నగిల్లింది. తపఃస్వాధ్యాయ నిరతి, జ్ఞానప్రబోధనాసామర్థ్యం ఆచార్య స్థానానికి అర్హతలవడం మాని, ఆచార్యపదవి కేవలం వంశపరంపరాగతమో, వారసత్వ పరంగానో మిగిలింది. ఆచార్యపీఠాలు అర్చకపీఠాలుగా మారి పోయాయి. ఇలా, సమర్థమైన గురుసంప్రదాయం గుప్తమై, లుప్తమై, కేవలం జడమైన కర్మకాండ ప్రబలమైంది. కేవలం 'తంతు' తలకెక్కితే, ఏ మతసాంప్రదాయమైనా 'వితంతువు' కాక తప్పదు!

ఆ పరిస్థితిలో అప్పటివరకు గుప్తవాహినియైన సరస్వతీనదిలా ప్రవహిస్తున్న గురుసంప్రదాయం వాసుదేవతత్త్వంగా వెలికి వచ్చి, శ్రీకృష్ణుని ద్వారా భారతీయసంస్కృతిని తిరిగి పరిప్లావితం చేసింది. సర్వజీవుల హృదయాలలో వసించే దివ్యత్వమే వాసుదేవుడు. ఈ సత్యాన్ని వారికి బోధించి, వారిచే ఆ దివ్యత్వాన్ని దర్శింపచేయడానికి ఆ వాసుదేవతత్త్వమే జీవుల మధ్య అవతరించి సద్గురుమూర్తులుగా వసిస్తుంది. అలా మనమధ్య వసించే దివ్యస్వరూపులైన సద్గురుమూర్తులే వాసుదేవులు. ఇదే, తరువాతి కాలంలో భాగవతసంప్రదాయంగా ప్రఖ్యాతమైంది.

శ్రీకృష్ణవాసుదేవుని కృషితో పెంచబడ్డ యీ భాగవతకల్పవృక్షం తరువాతి కాలాల్లో శాఖోపశాఖలై విస్తరించి, ప్రఖ్యాతమైన వివిధ భక్తి, జ్ఞాన, యోగ సంప్రదాయాలకు మూలకందమైంది. జైనసంప్రదాయాలలోని తీర్థంకరసిద్ధాంతం, బౌద్ధంలోని బోధిసత్త్వాల జనన సిద్ధాంతం, టిబెట్ బౌద్ధంలోని పద్మసంభవ సంప్రదాయం, యీ వాసుదేవతత్త్వ ప్రభావం వల్ల ప్రభవించిన అవైదిక రూపాలు.

శ్రీకృష్ణనిర్యాణం తరువాత కొన్ని శతాబ్దాలకు కృష్ణవాసుదేవుని ఒక జగద్గురు స్వరూపంగాకాక, లీలామానుషవిగ్రహుడుగా ఆరాధింపబడటం ప్రారంభమై 'వాసుదేవుడ'నేది శ్రీకృష్ణుని పర్యాయనామం అవడంతో, (మూల) వాసుదేవతత్త్వం (గురుసంప్రదాయం) వేరు వేరు పేర్లతో ప్రచారమైంది.[1] వాటిలో ముఖ్యమైనది దత్తాత్రేయతత్త్వం!

భాగవత సంప్రదాయానికి వేదతుల్యమైన శ్రీమద్భాగవతము దత్తాత్రేయుల వారిని విష్ణుమూర్తి యొక్క 23 అవతారాలలో ఒకరిగా, యోగవిద్యను ప్రవర్తిల్లజేసిన సద్గురువుగా పేర్కొంటున్నది. భాగవత

---

[1] ఈ గురుసంప్రదాయమే ద్రవిడదేశంలో సుబ్రహ్మణ్య సంప్రదాయంగా రూపాంతరం చెంది ప్రవర్తిల్లింది. సుబ్రహ్మణ్యుడు **సు-బ్రాహ్మణ్యుడు**. శుద్ధమైన బ్రహ్మజ్ఞానాన్ని బోధించేవాడు. ఈయనకు గురుగుహుడని, స్వామియని, స్వామినాథుడని, శివగురుడని, స్కందుడనీ పేర్లు. స్వామి అంటే గురువు. ఈయన సద్గురునాథుడు. స్కందుడు ప్రణవనాదరహస్యాన్ని తెలియజెప్పే సద్గురుమూర్తిగా కీర్తింపబడ్డాడు (**"ప్రణవషణ్ముఖస్తథా!"** - *స్కాందపురాణం.*) అంతేకాదు! ఈయన శివుడికే ప్రణవతత్త్వాన్ని ఉపదేశించి శివగురుడైనాడని పురాణాలు చెబుతున్నాయి. గురుతత్త్వాన్ని అద్భుతంగా వర్ణించే *'గురుగీత'* *స్కాందపురాణం*లోనిదే. అందుకే తమిళదేశంలో పరిపూర్ణ సద్గురువులను, యోగులను సుబ్రహ్మణ్యస్వామి అంశగా, అవతారంగా భావిస్తారు. మూలభాగవత సంప్రదాయానికి ఒక కొమ్మ (స్కందశాఖ)గా ఉండి, తరువాత శైవరూపాన్ని సంతరించుకొని స్కందమైన తత్త్వమే స్కందుడు (స్కందునికి ఆ పేరెందుకు వచ్చిందో వివరించే ఎన్నో కథలు కాంతాసమ్మితాలుగా పురాణాలలో చెప్పబడ్డాయి. అది వేరే విషయం. అందుకే మూల సంప్రదాయ వృక్షం నుండి ఎంత స్కందమైనా (విడివడ్డా) ఆ మూల సంప్రదాయ అవశేషాలుగా కొన్ని చిహ్నాలు స్కందస్వామిలో కనిపిస్తాయి. విష్ణువు గరుడవాహనుడు; స్కందుడు నెమలి వాహనుడు. రెండూ విహంగాలే. రెండూ నాగులను (కుండలినిని) భూమి (మూలాధారం) నుండి కాళ్ళతో తన్నుకొని పైకి తీసుకొనిపొయ్యేవే (నాగవిరోధులే). శ్రీకృష్ణుడు నెమలిపింఛం ధరిస్తే, స్కందుడు నెమలి వాహనుడు. కృష్ణుడు వేణుధారి. వేణువీణాధారి స్కందుని అనుచరులలో ఒకడు. దేవకీనందనుడైన శ్రీకృష్ణుడు అంగీరసమహర్షి వద్ద **'చాలక్య'**మనే సామవేదగాన విధిని అభ్యసించి దానిని మురళిపై గానం చేయడంలో ప్రావీణ్యం సంపాదించాడని **ఛాందోగ్యోపనిషత్తు** చెబుతున్నది. కృష్ణుడు కూడ *'భగవద్గీత'*లో, "వేదాలలో సామవేదాన్ని నేను" అని చెప్పాడు. నాదయోగ సాధనారూపమైంది సామవేదం. సామవేదాన్ని వేణువీణావాద్యాలమీద గానం చేసేవారు. ఈ విషయమే వేణువీణాధారి స్కందుని అనుచరుడుగా పురాణాలలో చెప్పబడ్డది.

సంప్రదాయమనే మహావృక్షం నుండి ఒక ప్రత్యేక శాఖగా బయలుదేరిన యీ దత్తసంప్రదాయం ఉత్తరభారతదేశంలో – ముఖ్యంగా మహారాష్ట్ర దేశంలో – శాఖోపశాఖలుగా విస్తరించింది. నాథ, మహానుభావ, దత్త సంప్రదాయాలు వీటిలో ముఖ్యమైనవి.

యీ ఉపశాఖలలో దత్తాత్రేయులవారిని ప్రధానంగా ఆరాధించే దత్తసంప్రదాయం మహారాష్ట్రదేశంలో శ్రీపాద శ్రీవల్లభులు, శ్రీనృసింహ సరస్వతీస్వామి వారివల్ల విఖ్యాతమైంది. ఈ సంప్రదాయకులను 'దత్తుల'ని అంటారు. ఇది ప్రధానంగా యోగమార్గానికి సంబంధించినది. పురాణేతిహాసాలు దత్తాత్రేయులవారిని యోగనాథుడనే పేర్కొన్నాయి. దత్తాత్రేయులవారు వివిధ కాలాల్లో, వివిధ ఆధ్యాత్మికమార్గాలను ప్రవర్తిల్లజేయడానికి వివిధ సద్గురుమూర్తుల రూపంలో అవతరిస్తుంటారనేది యీ సంప్రదాయకుల విశ్వాసం. ఇది భాగవత సంప్రదాయంలో చెప్పబడ్డ విష్ణుఅవతార సిద్ధాంతానికి (*'సంభవామి యుగేయుగే'*) ప్రతిరూపం. *"గురుబ్రహ్మా గురుర్విష్ణుః గురుర్దేవో మహేశ్వరః"* అన్న శాస్త్ర (స్కాందపురాణం) వచనానుసారం పరిపూర్ణ సద్గురుతత్త్వమైన దత్తమూర్తిని త్రిమూర్త్యాత్మకుడుగా భావించి తదనుగుణంగా ఆయన మూర్తిని రూపకల్పన చెయ్యటం జరిగింది. అందుకే దత్తమూర్తి మూడుతలల మూర్తి అయ్యాడు. అయితే, ఇది దత్త సంప్రదాయం ఒక ప్రత్యేకశాఖగా రూపొందుతున్న కాలంలో జరిగిందే. ఎందుకంటే భాగవత, బ్రహ్మాండ, బ్రహ్మ, మార్కండేయ పురాణాలేవీ దత్తాత్రేయులవారిని త్రిమూర్త్యాత్మకుడుగా పేర్కొనడం లేదు! అత్రి అనసూయలకు విష్ణు అంశలో దత్తాత్రేయులు జన్మించారని మాత్రం కొన్ని పురాణాలు చెబితే, మరికొన్ని పురాణాలు అత్రి అనసూయలకు మొత్తం ముగ్గురు కుమారులనీ, వారిలో విష్ణ్వాంశలో దత్తస్వామి, రుద్రాంశలో దుర్వాసముని, బ్రహ్మాంశలో చంద్రుడు జన్మించారని చెబుతున్నాయి. దత్తసంప్రదాయాల్లో దత్తమూర్తిని పరదైవంగా ఉపాసించడం ప్రారంభమైన తరువాతే దత్తమూర్తిని త్రిమూర్త్యాత్మకుడిగా

(మూడుతలలమూర్తిగా) భావనచేసి ఆరాధించడం ఆరంభమైంది. ఈ గురు సంప్రదాయం బహుళప్రచారం పొందిన ఫలితంగా, అందరు సద్గురువులను (వారిలో వ్యక్తమైన సిద్ధి, పరిపక్వతల దృష్ట్యా) దత్తాత్రేయులవారి అంశావతారాలుగానో, పూర్ణావతారాలుగానో భావించడం మహారాష్ట్రదేశంలో ఆచారమైంది. ఈ దృష్ట్యానే శ్రీసాయిబాబాను కూడా దత్తావతారంగా అక్కడ భావిస్తారు. అంతేతప్ప శ్రీసాయిబాబా తాము దత్తావతారమని ఎక్కడా ఎన్నడూ ప్రకటించలేదు. సర్వదేవతాస్వరూపాలు తానే అని నిరూపణ ఇచ్చిన బాబా, కొందరు దత్తభక్తులకు తానే దత్తమూర్తినని కూడా దర్శనమిచ్చారు. అంతే!

మహారాష్ట్ర దేశంలో దత్తోపాసన నాథసంప్రదాయంతో ప్రారంభమై, శ్రీపాద శ్రీవల్లభుల తరువాత ఒక ప్రత్యేక ఉపాసనా సంప్రదాయంగా రూపుదిద్దుకొని, తరువాత శ్రీనృసింహసరస్వతీస్వామి (శ్రీగురుని) వల్ల ప్రఖ్యాతమైంది. ఈ నాథ, దత్త సంప్రదాయాలతోబాటు, మహానుభావ సంప్రదాయమనేది మహారాష్ట్ర దేశంలో బాగా వేళ్ళూనుకొన్న సంప్రదాయం. శ్రీగోవింద ప్రభువుచే ప్రారంభించబడినదని చెప్పబడే యీ పంథా, చక్రధరుల వల్ల బాగా ప్రాచుర్యం పొందింది. మొదట భాగవత సంప్రదాయాన్ని పూర్తిగా అవలంబించి, శ్రీకృష్ణుడినొక్కడినే పరాదైవతంగా ఆరాధించిన యీ పంథా తర్వాతికాలంలో దత్తోపాసనను కూడా స్వీకరించింది. భగవద్గీత, భాగవతము, చక్రధరులు రచించిన 'సూత్రపాఠము' తప్ప, కడకు వేదప్రామాణ్యాన్ని కూడా ఈ పంథా అంగీకరించకపోవడం వల్ల, వర్ణాశ్రమ వ్యవస్థ (కుల వ్యవస్థ)ను తీవ్రంగా వ్యతిరేకించడం వల్ల ఆ కాలంలో యీ పంథా అగ్రవర్ణాల ఆగ్రహానికి గురై, ఎన్నో విమర్శల అపనిందల పాలైంది.

ఛాందస వైదికాచారాలకు వ్యతిరేకంగా బయలుదేరిన నాథ సంప్రదాయానికి, పూర్తిగా వేదప్రామాణ్యాన్నే త్రోసిపుచ్చిన మహానుభావ పంథాకు స్ఫూర్తినిచ్చి ఎంతో ప్రభావితం చేసిన దత్తాత్రేయ యోగసంప్రదాయం

తరువాత కాలంలో పరమఛాందసమైన వైదిక కర్మకాండకు నెలవైంది! ఎన్నో చారిత్రక కారణాలకు తోడు యీ పరిణామానికి ఒక కారణం – 'శ్రీగురుచరిత్ర'!!

శ్రీనృసింహసరస్వతీస్వామి (c1378-1458) నిర్యాణానంతరం సుమారు ఒక శతాబ్దం తరువాత (1538 ప్రాంతంలో) గంగాధరసరస్వతి అనే ఒక దత్తభక్తుడు మరాఠీభాషలో యీ గ్రంథాన్ని రచించాడు. తాను శ్రీగురుని అనుమతితో ఆ గ్రంథం వ్రాస్తున్నానని శ్రీగంగాధరసరస్వతి వ్రాసిన ఒక్కమాట ఆధారంగా, గంగాధరుని శ్రీనృసింహసరస్వతీస్వామి వారి సమకాలికునిగా కొందరు చేసిన నిర్ణయం సరైనది కాదు. గంగాధరుని 'అనుమతి' ప్రసక్తి కేవలం గ్రంథరచనా సంప్రదాయానికి సంబంధించినదే. 1854 - 1914 మధ్యకాలంలో జీవించిన శ్రీవాసుదేవానందసరస్వతీస్వామి కూడా శ్రీగురుచరిత్రను సంస్కృతభాషలోకి అనువదిస్తూ, తాను దత్తస్వామి 'ప్రత్యక్ష' ఆజ్ఞ మేరకు ఆ గ్రంథరచన చేస్తున్నానని వ్రాసారు. అంతేకాక, శ్రీనృసింహసరస్వతీస్వామికి ఐదుతరాల తర్వాత గంగాధరుడు జన్మించినట్లు స్పష్టమైన ఆధారాలున్నాయి కూడా. దీనివల్ల స్పష్టమయ్యే దేమంటే, గంగాధరసరస్వతి స్వయంగా శ్రీగురుని ముఖతా వారి బోధను వినే అవకాశంలేదు. అంతకుముందు సిద్ధముని అనే దత్తభక్తుడు రచించాడని చెప్పబడే చిన్న సంస్కృత గ్రంథం ఆధారంగానూ, తాను కర్ణాకర్ణిగ విన్న విషయాల 'ఆధారంగా'నూ, శ్రీపాద శ్రీవల్లభుల (c1323-53) యొక్క, శ్రీగురుని యొక్క జీవిత విశేషాలను గ్రంథస్థం చేసాడు శ్రీగంగాధరసరస్వతి.

హిందూ-ముస్లిం మతాల సమైక్యతాసాధనకు కృషి చేసిన ఆధ్యాత్మికఉద్యమాలలో దత్తసంప్రదాయానికి చెందిన నాథపంథీయులు, శ్రీనృసింహసరస్వతీస్వామి వారివల్ల ప్రభావితులైన దత్తపంథీయులు ఉన్నారు. అయితే, శ్రీనృసింహసరస్వతీస్వామి అనంతరం ఉత్తర కర్ణాటక,

మహారాష్ట్రలలో నెలకొన్న సామాజిక రాజకీయ పరిస్థితుల ప్రభావం వల్ల ఇస్లాం మతప్రాబల్యాన్నరికట్టి, సనాతన హైందవధర్మాన్ని పునరుద్ధరించే లక్ష్యంతో కొందరు ఉద్యమించారు. ఆ ఉద్యమం 'మహారాష్ట్ర ధర్మం' పేర తరువాత ప్రఖ్యాతమైంది. దత్తపంథీయులు కూడా ఆ ఉద్యమాలచే ప్రభావితులయ్యారు.[2] ఆ కాలంలో రచింపబడ్డ శ్రీగురుచరిత్ర 'మహారాష్ట్ర ధర్మాన్ని' ప్రతిపాదించిన ప్రథమ గ్రంథమని చెప్పవచ్చు. సామాజిక ప్రతిఘటనా రూపమైన ఈ 'మహారాష్ట్రధర్మోద్యమం' తరువాత కాలంలో శ్రీసమర్థరామదాసస్వామివారి స్ఫూర్తితో పరాకాష్ఠనందుకుంది. అందుకనే, శ్రీగురుని జీవితవిశేషాలను గ్రంథస్థం చేయడంతో బాటు వివిధ పురాణాల నుండి వ్రతప్రాయశ్చిత్త మహిమ, కర్మకాండ ప్రాశస్త్యాన్ని వర్ణించే విషయాలను తనకు తోచిన విధంగా ఎంపిక చేసి, శ్రీగురునినోట చెప్పించాడు శ్రీగంగాధరసరస్వతి. గంగాధరుడు తన శ్రీగురుచరిత్రలో శ్రీగురుని నోట పలికించిన 'బోధ' యథాతథంగా కొన్ని పురాణగ్రంథాలలో మనకు కనిపిస్తుంది.

శ్రీగురుచరిత్రలోనే చెప్పబడినట్లు మహమ్మదీయులను (రజకులవంటి) శూద్రులను ఆదరంతో శిష్యులుగా స్వీకరించిన శ్రీగురుడు కులవ్యవస్థను ప్రోత్సహించాడనటం హాస్యాస్పదం. సతీసహగమనం వంటి దురాచారాల ప్రశంస, రుద్రాక్షమహిమ వంటి బాహ్యాచారాడంబరాల పొగడ్త, కృఛ్ఛచాంద్రాయణాది ప్రాయశ్చిత్త కర్మల వివిధ వ్రతవిధానాల స్తోత్రము, వర్ణాశ్రమ ధర్మాల (కులవ్యవస్థ) సమర్థన, పాతివ్రత్య మహిమ, స్త్రీ నింద, వివిధ బాహ్య శౌచ ప్రక్రియల వివరణ, కర్మకాండ మొదలయినవన్నీ శ్రీగురుని నిజబోధ అయ్యే అవకాశం లేదు. అర్థరహితమైన ఆచార కర్మకాండలకు వ్యతిరేకంగా ప్రవర్థిల్లిన భాగవతసంప్రదాయంలో జనించి, వైదికాచార కాండను, కులవ్యవస్థను తీవ్రంగా నిరసించిన నాథసంప్రదాయాన్ని,

---

[2] వివరాలకు చూ. Justice M.G. Ranade, *The Rise of the Maratha power,* 1966

వేదప్రమాణాన్నే త్రోసిరాజని, పరమ 'అవైదిక' మతంగా గణుతికెక్కిన మహానుభావపంథాను ప్రభావితం చేసిన దత్తసంప్రదాయం శ్రీగురుచరిత్రలో (పైన) పేర్కొన్న అంశాలకు ఆలంబనమెలా కాగలదు?

అంతేకాక, దత్తాత్రేయులవారు వాతరశనఋషి సంప్రదాయానికి చెందినవాడని ప్రతీతి. వాతరశనులు 'శ్రమణుల'ని శ్రీమద్భాగవతము స్పష్టంగా పేర్కొంటున్నది, *"వాతరశనాయ ఋషియః శ్రమణా..."*. జైనులు శ్రమణులు; బౌద్ధమతంపై కూడా శ్రమణుల ప్రభావం ఉంది. ఈ శ్రమణులు పరమ అవైదికులుగా పురాణేతిహాసాలలో ప్రసిద్ధి. ఈ శ్రమణమతం వేదప్రామాణ్యాన్ని అంగీకరించదు; వైదిక కర్మకాండను నిరసిస్తుంది; కులవ్యవస్థను తూర్పారబడుతుంది. ఈ విధంగా చూచినా 'శ్రీగురుచరిత్ర'లో గంగాధరసరస్వతిచే శ్రీగురుబోధగా చెప్పబడ్డ అంశాలు నిజమైన దత్త సంప్రదాయంలో ఇమడవు.

అలాకాదు, సర్వవైదికాచారాలను విసర్జించిన అవధూత తత్త్వం, పరమ ఛాందసమైన కర్మకాండపరమైన సంప్రదాయం – ఈ రెండూ దత్త సంప్రదాయమనే నాణానికి బొమ్మబొరుసుల వంటివని కొందరు ప్రవచిస్తారు. ఇది కేవలం పైన చెప్పిన ఆధ్యాత్మిక తిరోగమన ధోరణిని సమర్థించే వంచనాశిల్పంలో భాగమే తప్ప, దీనికి ఏ విధమైన నిర్దిష్ట శాస్త్రాధారం లేదు. అత్రిమహర్షి యే 'పుత్రకామేష్టి' వంటి యాగమో చేసి దత్తమూర్తిని పుత్రుడుగా పొందలేదు. వాతాశనుడై (ప్రాణాయామం ద్వారా) అత్రిమహర్షి చేసిన తపోయోగ ఫలితంగా దత్తమూర్తి ఆవిర్భవించాడు. అత్రి సంప్రదాయానికి దత్తుడై దత్తాత్రేయుడైనాడు. మహాతపస్విగ, సిద్ధుడుగ, యోగనాథుడుగ, సర్వబాహ్యాచారవర్జితుడైన అవధూతగ, (కొన్నిచోట్ల) మద్యమాంస మైథునముల వంటి అవైదిక (తాంత్రిక) విధానాలలో మగ్నమైన వాడుగ మనకు పురాణేతిహాసాలలో దత్తాత్రేయులవారు దర్శనమిస్తారు. యదుమహారాజు, కార్తవీర్యార్జునుడు మొదలయిన వారికి దత్తాత్రేయుల

వారు చేసిన బోధలో కూడా ఎక్కడా కర్మకాండ కనిపించదు. భక్తి, జ్ఞాన, యోగ మార్గాల త్రివేణీ సంగమమే దత్తసంప్రదాయం. పైన పేర్కొన్న ఆధారాల దృష్ట్యా శ్రీగురుచరిత్రలో శ్రీగురుని బోధనలుగా చెప్పబడ్డ విషయాలు మూల దత్తసంప్రదాయానికి విరుద్ధమైనవనీ, అవి కేవలం గంగాధరసరస్వతి (పురాణోక్తంగా) చేసిన స్వకపోలకల్పనలేననీ స్పష్టమవుతుంది.

అయితే, మరి శ్రీనృసింహసరస్వతీస్వామివారి యథార్థబోధ ఏమై యుండాలనే ప్రశ్న పైన చేసిన చర్చ యొక్క పర్యవసానంగా కలగడం సహజం. శ్రీగురుని బోధనలు కూలంకషంగా విని, ఆయనచే ఉపదేశం పొంది, ఆయన సన్నిధిలో సాధన చేసి పరిపూర్ణులైన ప్రత్యక్ష శిష్యుల ద్వారా తప్ప శ్రీగురుని యదార్థబోధ తెలిసే అవకాశం లేదు. అటువంటి వారిలో శ్రీజనార్దనస్వామి ఒకరుగ మనకు కనిపిస్తున్నారు. (మహారాష్ట్రకు చెందిన) ప్రముఖ పండితుడు - పరిశోధకుడుయైన ప్రొఫెసర్ G.S. ఘురే (Prof. G.S. Ghurye) యీ విషయంగా, "హిందూ-మహమ్మదీయుల మధ్య సామరస్య సాధన దత్తసంప్రదాయ ముఖ్య లక్షణమనేది స్పష్టం. సంత్ జనార్దనస్వామి, ఆయన శిష్యులైన ఏకనాథుడు తదితరులు అసలైన దత్తసంప్రదాయానికి ప్రతినిధులు. అయితే, యీ సంప్రదాయం శ్రీపాద శ్రీవల్లభులు, శ్రీనృసింహసరస్వతీస్వామివార్ల వల్ల ప్రజాబాహుళ్యంలో బహుళ ప్రచారాన్ని పొందింది"[3] అంటారు. సంత్ ఏకనాథ్ మహరాజ్ గురువుగా శ్రీజనార్దనస్వామి ప్రఖ్యాతుడు. శ్రీజనార్దనస్వామి మొదట భోగలాలసునిగా ఉండి, శ్రీనృసింహసరస్వతీస్వామివారి బోధనలచే ప్రభావితుడై, పరివర్తనచెంది, శ్రీగురునిచే (గాణుగాపూరులోని ఔదుంబర వృక్షఛాయలలో) దత్తోపాసనలో ఉపదేశం పొంది, ఆయన సన్నిధిలోనే సాధన చేసి పరిపూర్ణుడైనాడని చెప్తారు. ఈనాటికీ మహారాష్ట్రదేశంలో దత్తాత్రేయులవారి అంశావతారంగా ఆరాధింపబడే ఈయన తరువాత దేవగిరిలో స్థిరపడ్డాడు. ఏకనాథుడు అతి పిన్నవయస్సులో శ్రీజనార్దనస్వామిని ఆశ్రయించి, ఆయన సన్నిధిలో

శిక్షణలో ఎన్నో ఏళ్ళు ఆధ్యాత్మికసాధనలలో గడిపాడు. శ్రీజనార్దనస్వామి మొదట ఏకనాథునికి దత్తోపాసనలో ఉపదేశమిచ్చి సాధన చేయించారు. ఏకనాథునికి ఎన్నోసార్లు ఒక ముస్లిం ఫకీరు (అవధూత) రూపంలో దత్తాత్రేయ సాక్షాత్కారం కూడా కలిగిందని చెప్తారు.[4] ఆ పైన శ్రీజనార్దనస్వామి ఏకనాథునికి కృష్ణోపాసనను విధించారు. అంతేకాదు! దత్తసంప్రదాయానికి మూలకందమైన భాగవతసంప్రదాయాన్ని తిరిగి ప్రవర్తిల్లచేయడానికో, మరేకారణంగానో శ్రీమద్భాగవతంపై వ్యాఖ్యను రచించమని ఏకనాథుని ఆదేశించాడు. ఆ ఆదేశఫలితమే ఏకనాథభాగవతము. మహానుభావపంథాలో వలె, శ్రీజనార్దన ఏకనాథులలో కూడా 'శ్రీకృష్ణ-దత్తాత్రేయ' ఉపాసనల సమన్వయం కనిపిస్తుంది. దత్తోపాసనను కాకుండా, శుద్ధమైన కృష్ణభక్తిని ప్రవర్తిల్ల చెయ్యమని శ్రీజనార్దనస్వామి ఏకనాథునికి చేసిన ఆదేశానికి శ్రీనృసింహ సరస్వతీస్వామి ఆమోదము ఆదేశము తప్పక ఉండివుండాలి. ఎందుకంటే, శ్రీజనార్దనస్వామి, శ్రీనృసింహసరస్వతీస్వామి రచించారని చెప్పబడే ఎన్నో అభంగాలు భక్తితత్త్వంతో తొణికిసలాడుతుంటాయి. వాటి ఆధారంగా చివరకు కొందరు పండితులు శ్రీనృసింహసరస్వతి, శ్రీజనార్దన స్వామివార్లు ఇద్దరూ పాండురంగ భక్తపరంపరకు చెందిన వార్కరీ సంప్రదాయానికి

---

[3]"It is evident that Datta cult was an effort to strike a synthesis and harmony between Hindus and Moslems. Sant janardhana Swamy and his disciples Eknath and others represented the true spirit of Datta tradition. But as a popular cult it gained strength by the power and influence of Sripada Srivallabha and Nrisimha Saraswati." Prof. G.S. Ghurye, *Indian Sadhus,* Bombay, P.34-35

[4] ఇటువంటి కొన్ని ఉదంతాల ఆధారంగానూ, శ్రీనృసింహసరస్వతి - జనార్దన స్వాములలో కనిపించే హిందూ-ముస్లిం మతసామరస్యం దృష్ట్యానో, జనార్దనస్వామి గురువు ఒక సూఫీ మహాత్ముడైయుండవచ్చని ఇటీవలి కొందరి పరిశోధకుల అభిప్రాయం!

(చూ. Tulpule, S.G., *Classical Marathi Literature,* Weisbaden : 1979, p.353.)

చెందినవారని కూడా భావిస్తున్నారు! ఉదాహరణకు, ప్రముఖ మరాఠీ సాహిత్య పరిశోధకుడు డా॥ప్రభాకర్ మాచ్వే ఇలా అంటారు: "నామదేవుని అనంతర కాలంలో ప్రభవించిన సంతకవులలో నృసింహసరస్వతి, జనార్దనస్వామి ఉన్నారు. వారిరువురూ వార్కరీ పంథాకు చెందినవారు. వారు రచించారని చెప్పబడే భక్తిగీతాలు ఎన్నో లభిస్తున్నాయి".[5]

ఈ దృష్ట్యా దత్తసంప్రదాయ హృదయం, బోధనల యొక్క పరాకాష్ఠ మనకు ఏకనాథుని రచనలలో ముఖ్యంగా ఏకనాథ భాగవతంలో లభించగలదు. కులమత దురభిమానాన్ని, వ్యర్థ ఆచారకాండను నిరసిస్తూ, సార్వజనీనమైన శుద్ధ భక్తిజ్ఞానాలను బోధిస్తున్నది ఏకనాథ భాగవతం. శ్రీసాయిబాబా తన భక్తులను పారాయణ చెయ్యమని విధించిన గ్రంథాలలో మొట్టమొదట పేర్కొనవలసింది ఏకనాథ భాగవతమేనన్న విషయం కూడా గమనార్హం.

అయితే కుశాభావు అనే భక్తునికి శ్రీగురుచరిత్ర పారాయణను శ్రీసాయిబాబా ఎందుకు విధించినట్లు? - అనే ప్రశ్న ఇక్కడ ఉదయిస్తుంది. సాయిబాబా ఎందుకు, ఎప్పుడు, ఏ సందర్భంలో కుశాభావుకు శ్రీగురుచరిత్ర పారాయణ విధించారోనన్న విషయాన్ని తెలియజేసే బాబా ఆదేశం యొక్క పూర్వాపరాలు దాటవేసి, ఊరకే 'శ్రీసాయినాథుడు కుశాభావు అనే భక్తునిచే 108 సార్లు పారాయణ చేయించిన అద్భుత గ్రంథం' - అని కొందరు ప్రచారం చేస్తున్న మాట వాస్తవమే. కానీ, శ్రీసాయి ఏ సందర్భంలో అలా ఆదేశించారో తెలుసుకొంటే, ఆ ప్రచారంలోని వాస్తవం అర్థం కాగలదు. కుశాభావు అసలు పేరు కృష్ణాజీ కాశీనాథ్ జోషి. అతడు చిన్నతనంలోనే దత్తమహరాజ్ అనే గురువును ఆశ్రయించి, దత్తోపాసన యోగాభ్యాసంలో శిక్షణ పొందాడు.

---

[5] "Among the teachers and writers of Post Namadeva period, were Narasimha Saraswathi and Janardhana Swami. Both belonged to the Varkari panth. A number of devotional poems are attributed to them." *Cultural Heritage of India,* Vol.V, 1978.

కొంతకాలానికి తన సాధన లక్ష్యాన్ని మరచి, తన గురువుద్వారా మారణ వశీకరణాది క్షుద్రవిద్యలను సాధించే మంత్రాలు పొంది, వాటి సాధనలో నిమగ్నమయ్యాడు. కొన్ని సిద్ధులు ప్రదర్శించడం నేర్చాడు కూడా. అయితే, కుశాభావు గురువైన దత్తమహరాజ్ హిమాలయాలకు వెళ్ళిపోతూ, అతణ్ణి శ్రీసాయిబాబాను ఆశ్రయించమని ఆదేశించాడు. తన గురువు ఆదేశానుసారం కుశాభావు శిరిడీ వెళ్ళాడు. సిద్ధుల ప్రదర్శన ఆపుతానని అతడు ప్రమాణం చేస్తేగానీ బాబా అతడిని మసీదులో అడుగిడనివ్వలేదు. ఆపైన, అతణ్ణి మసీదులో ఒక మూల కూర్చుని, రోజంతా శ్రీసమర్థ రామదాసస్వామి రచించిన దాసబోధను పారాయణ చేస్తూ ఉండమని ఆదేశించారు బాబా. అంతకుమించి మరే ఉపదేశము చెయ్యలేదు. అలా అతడు సుమారు మూడు సంవత్సరాలు శిరిడీలో వున్నాడు. ఒకసారి బాబా అతడితో, **"ఆ మూడుతలల మనిషిని చూడు!"** అన్నారు. ఆ మాటకు బాబా తనను గాణుగాపూరు వెళ్ళి, దత్తపాదుకలు దర్శించి రమ్మన్నారని అర్థం చేసుకొని, కుశాభావు గాణుగాపూరు వెళ్ళాడు. అప్పటినుండి ప్రతిఏటా గురుపూర్ణిమకు, మాఘపూర్ణిమకు (ఏటా మొత్తం రెండుసార్లు) గాణుగాపూరు సందర్శించడం నియమంగా పెట్టుకొన్నాడు కుశాభావు. ఒకసారి అతడు అలా గాణుగాపూరు బయలుదేరుతుంటే బాబా అతడిని గాణుగాపూరులో గురుచరిత్రను 108 సార్లు పారాయణ చెయ్యమని ఆదేశించారు. అతడు గాణుగాపూరులో 10 -11 మాసాలుండి ఆ పారాయణ విధిని పూర్తి చేసాడు. బాబా వద్దకు రావడానికి ముందే దత్తోపాసనలో ఉపదేశం పొందిన ఒక దత్తోపాసకునికి గాణుగాపురంలో ఆ క్షేత్రసంప్రదాయానుసారం శ్రీగురుచరిత్ర పారాయణ చేసుకొమ్మని చెప్పారు బాబా.[6] శ్రీగురుచరిత్రలో చెప్పబడ్డ శ్రీగురుని, శ్రీపాద శ్రీవల్లభుల చరిత్ర - లీలలకు తప్ప, దానిలోని ఛాందస ఆచారకాండకు తన ఆమోదం లేదని ఆ కుశాభావుకే స్పష్టంగా చెప్పడానికా అన్నట్లు, ఏకాదశి రోజున ఉపవాస నియమం విధించుకొన్న అతడి చేత ఒక ఏకాదశి నాడు ఉల్లిపాయలు కూడా

(పట్టుబట్టి) తినిపించారు శ్రీసాయి. అంతేకాదు! శ్రీగురుచరిత్ర పారాయణ నియమంగల దత్తపంథీయుడైన కుశాభావుకు తప్ప మరింకెవ్వరికీ శ్రీగురుచరిత్ర పారాయణ చెయ్యమని బాబా ఆదేశించలేదు![7]

శ్రీసాయిబాబా చరిత్ర చదివితే శ్రీసాయి బోధించిన, ఆచరించిన తత్త్వం శ్రీగురుచరిత్రలో చెప్పబడ్డ అర్థరహిత ఆచారకాండకు విరుద్ధమని ఇట్టే బోధపడగలదు. ప్రపంచ ఆధ్యాత్మికచరిత్రలో ప్రభవించిన అన్ని మతసాంప్రదాయాలకు చెందిన మహాత్ముల, సద్గురువుల చరిత్రలను సాధకులందరూ అవశ్యం చదువవలసిందే. అందులో వారు ఎన్నుకొన్న సద్గురుమూర్తి యొక్క చరిత్రను తప్పక విధిగా పారాయణ చెయ్యాలి. సాయి భక్తులకు సాయినాథుడే సద్గురువు, దైవం, సాధన, గమ్యం! సాయిభక్తులకు

---

[6] ఆయా సాధకుల గురుసంప్రదాయానుసారం వారికి తగు ఆదేశాలనిచ్చి, వారివారి మార్గాలలో సాధకులను ప్రోత్సహించేవారు బాబా. కుశాభావుకు బాబా చేసిన ఆదేశం అటువంటిదే. ఇది సాయిని సద్గురువుగా, పరదైవంగా భావించే సాయిభక్తులకు వర్తించదు.

[7] శ్రీసాయి సచ్చరిత్రలో ఉటంకించబడ్డ శ్రీసాఠే స్వప్నానుభవం మాటేమిటనే సందేహం యీ సందర్భంగా కొందరకు కలుగవచ్చు! శ్రీసాఠేను శ్రీగురుచరిత్ర పారాయణ చెయ్యమని శ్రీసాయిబాబా ఆదేశించలేదు. ఆ గ్రంథపారాయణ విధిని శ్రీసాఠే తనకు తానే విధించుకొని ఒక సప్తాహం పారాయణ పూర్తి చేసాడు. ఆ రోజు రాత్రి అతనికి స్వప్నంలో బాబా ఆ గ్రంథాన్ని వివరిస్తున్నట్లు దర్శనమైంది. దానర్థమేమనీ, తానింకా పారాయణ కొనసాగించాలా? వద్దా? - అని బాబానడుగమని శ్రీకాకాసాహెబ్ దీక్షిత్‌కు ఉత్తరం వ్రాసాడు శ్రీసాఠే. ఎవరికి వారు విధించుకున్న యే నియమాన్నయినా, దానిపట్ల భక్తిశ్రద్ధలు పెంపొందించి, ద్విగుణీకృతమైన దీక్షతో వారి నియమాలను కొనసాగించేటట్లు చేసేవారు బాబా. కుశాభావు విషయంలో జరిగింది కూడా ఇదే! శ్రీసాఠే ప్రశ్నకు సమాధానంగా, అతడిని పారాయణ ఇంకా కొనసాగించమని చెప్పారు బాబా! ఇక్కడ మరొక్క విషయం. పైన పేర్కొన్న సంఘటనలోని 'సాఠే' బొంబాయికి చెందిన వ్యాపారి; ఆయన శిరిడీలో వాడాను నిర్మించిన సన్నిహితసాయిభక్తుడైన శ్రీH.V. సాఠే కాదు!

శ్రీసాయిచరిత్రే నిజమైన గురుచరిత్ర! అందుకే, శ్రీహేమాద్పంతు విరచిత శ్రీసాయిసచ్చరిత్ర యొక్క ఉపోద్ఘాతం ఇలా ఉద్బోధిస్తున్నది: "శ్రీగురుచరిత్ర ముఖ్యముగా కర్మకాండపైనాధారపడి యుండుటచే దానిని బోధపరచుకొనుట బహుకష్టము. దానినాచరణలో బెట్టుట మరింత కష్టము. దత్తాత్రేయుని ముఖ్యశిష్యులు గూడ దాని నాచరణలో పెట్టలేకున్నారు. శ్రీసాయిసచ్చరిత్ర విషయమట్టిదికాదు. కనుక, శ్రీసాయిసచ్చరిత్రమును యీనాటి 'గురుచరిత్ర' యని చెప్పవచ్చును". (చూ. శ్రీసాయిసచ్చరిత్ర, ఉపోద్ఘాతము). అవకాశముంటే, శ్రీసాయి చూపిన బాటకు, చెప్పిన బోధకు విరుద్ధం కాని మహాత్ముల బోధనలు, చరిత్రలు శ్రద్ధాజిజ్ఞాసలతో చదువుకొనవచ్చు. *"పనిచేయి! సద్గ్రంథాలు చదువు! దేవుని నామం ఉచ్చరించు!"* అన్నది శ్రీసాయి ఉపదేశము. పరమోత్కృష్టమైన సద్గురుభక్తిని ప్రబోధించే శ్రీగురుచరిత్ర వంటి ఉత్తమ ఆధ్యాత్మికగ్రంథాలను సద్గురుపథంలో పయనించే వారందరూ జిజ్ఞాసతో అవశ్యం పఠించవలసిందే! ఆ గ్రంథాలలో సద్గురునాథుడైన శ్రీసాయినాథునికి అనన్యంగా శరణుపొందడానికవసరమైన అవగాహనను పెంపొందించుకొనే అంశాలను వివేకంతో గ్రహించాలి! అలా గ్రహించి, ఆ గ్రంథాలలో శ్రీసాయి లీలాప్రబోధాలకు సమన్వయపడని అంశాలను మనసు నుండి నిష్కర్షగా విసర్జించగలగాలి. అలాంటి విచక్షణాయుతమైన సద్గ్రంథ పఠనం వల్ల, బాబానే అన్నట్లు, *"భక్తులు పరిశుద్ధులౌతారు. భగవంతుడు ప్రసన్నుడై భవబంధాలను తొలగిస్తాడు!"* అంతేకానీ, శ్రీసాయితత్త్వానికి విరుద్ధమైన విషయాలను 'పారాయణ' పేరుతో తలకెక్కించుకొని, అవి సమన్వయ పడక, అనవసర భావసంఘర్షణకు లోనవడం అవివేకం! అంతేగాదు! శ్రీసాయిబాబా చూపిన శుభ్రమార్గంలో త్వరితగతిన పురోగమించడానికి అదొక ఆటంకం కూడా!

❋

భక్తజనహృదయాబ్జ భృంగమై - దిగివచ్చె దయతోడ దైవమే!
సాయిగా శ్రీశిరిడి సాయిగా - ఆనందదాయిగా అభయప్రదాయిగ!
॥భక్తజన॥

చూపు తాకిన చోట చొక్కముగ నీవే
చూపించు నీ రూపు నిక్కముగ మాకు
చూపుదాపుల హేల నీ దివ్యలీల!
చూపులోని చూపు చూపించు మాకు ॥భక్తజన॥

మనసు మబ్బుల మాటు మురిపించు నీ మోము
మమత జల్లుల వెనుక సమతగా వెలుగు
మమత సమతల హేల నీ దివ్యలీల
మమత సమతల మర్మమెరిగించు మాకు ॥భక్తజన॥

ఎఱుకతో నిదురించు నీ ఎదన మాకు
మఱపు లేని నిదుర దయసేయి మాకు
ఎఱుక మఱపుల హేల నీ దివ్యలీల
ఎఱుకలోని ఎఱుక ఎరిగించు మాకు ॥భక్తజన॥

-శ్రీబాబూజీ

మనోనిగ్రహానికి మరికొన్ని మార్గాలు!

సాయిభక్తులకు జపధ్యానాలలో ఉపయోగపడే సుళువులను గూర్చి ముందు వ్యాసాలలో కొంత తెలుసుకున్నాం. మరికొన్ని సుళువులు, జాగ్రత్తలు తెలుసుకుందామా?

వైరాగ్యలక్షణమనే భావంతో కొందరు చెప్పులు లేకుండా నడవటం మనం చూస్తుంటాము. కానీ, చెప్పులు లేకుండా నడవడం, కటికనేలమీద కూర్చొనడం, పండుకొనడం సాధనకు అంత మంచిది కాదు! ధ్యానానికి కూర్చొనబోయే ముందు తప్పనిసరిగా నేలపైన చాపకాని, గుడ్డకాని, కొయ్యపీటకానీ ఆసనంగా వేసుకొని కూర్చోవాలి. దానివల్ల భూమ్యాకర్షణశక్తి యొక్క విక్షేపప్రభావం మనస్సుపై తగ్గి తేలికగా మనసు ధ్యానస్థమవుతుంది.

ఏ కారణం చేతనయినాసరే, ధ్యానానికి కూర్చున్నపుడు మనస్సు మరీ గజిబిజిగా ఉంటే, నిటారుగా కూర్చొని ఊపిరితిత్తుల నిండా నెమ్మదిగా గాలిపీల్చి, నెమ్మదిగా వదలాలి. అలా అయిదారుసార్లు చెయ్యాలి. అలా చేసేటప్పుడు, శ్వాసను బలవంతంగా అదుపుచెయ్యడం గానీ, గాలి పీల్చేటప్పుడు వదిలేటప్పుడు శ్రమ తీసుకోవడం గానీ ఎంత మాత్రం చేయకూడదు. ఉచ్ఛ్వాసనిశ్వాసాలు (బలవంతంగా కాకుండా) క్రమబద్ధంగా, లయబద్ధంగా ఉండేట్లు చూచుకోవడమే ఒక సాధన.

మహాత్ములు, ఉత్తమసాధకులు, సన్నిహిత గురుబంధువులు తప్ప ఇతరులు – ఎవరైనా సరే – ఇచ్చిన వస్తువులు ఏవీ తీసుకోకూడదు!

వారు పెట్టినదేదీ తినకపోవడం మంచిది. ఇతరులు ఉపయోగించిన వస్తువులు (చెప్పులు, గుడ్డలు, ఆసనాలు, జపమాలలు మొదలైనవి) ఏ పరిస్థితులలోను వాడకూడదు. ఇతరుల నుండి మనం ఏ వస్తువునుగానీ, ఆహారాన్నిగానీ స్వీకరించినప్పుడు, ఆ పదార్థాలతో బాటు వారి మనోవృత్తుల ప్రభావాన్ని గూడా మనం గ్రహిస్తున్నామన్న విషయం గుర్తుంచుకోవాలి. నిత్యజీవితంలో ఈ నియమాన్ని ఆచరణలో పెట్టడం కష్టసాధ్యమైనప్పటికీ, ఆధ్యాత్మికసాధనలో ఈ నియమం యొక్క అవసరం ప్రయోజనం అంత ఇంత అని చెప్పనలవి కాదు. 'ఎవరి వద్ద నుండి ఏదీ పుచ్చుకోకపోవడం' తన నియమమని సున్నితంగా, నమ్రతగా, మర్యాదగా (ఎదుటివారు నొచ్చుకోకుండా) చెబితే సామాన్యంగా ఎదుటివారు బలవంతం చెయ్యరు. ఈ నియమం అంత అత్యుత్తమమైనది గనుకనే, అద్వైతసాధనను బోధించిన ఆదిశంకరుల వంటివారు కూడా ఈ 'అపరిగ్రహ' నియమపాలనకు ఎంతో ప్రాముఖ్యాన్నిచ్చారు. మనస్సుకు పదార్థం మీదా, పదార్థానికి మనసు మీద ఉండే ఈ ప్రభావాన్ని ఇటీవల శాస్త్రీయపరిశోధనలలో కూడా గుర్తించడం జరిగింది! అయితే, యీ నియమపాలన వెనుకనున్న సూత్రాలకు, కులమత వివక్షతలకు (అంటరానితనం, మడి మొదలగునవి) ఎటువంటి సంబంధం లేదని సాయిభక్తులు గుర్తించాలి. ఈ 'అపరిగ్రహ' నియమాన్ని కొంతకాలం శ్రద్ధగా పాటిస్తూ పోతే, ఆ తరువాత ఎప్పుడైనా తప్పనిసరై ఈ నియమాన్ని ఉల్లంఘించవలసి వచ్చినపుడు మనకే అనుభవానికి వస్తుంది - విచక్షణా రహితమైన పరిగ్రహం వల్ల మనం ఎంత నష్టపోతామో!

మహాత్ముల సాధనామథనంలో ఉద్భవించిన ఇటువంటి సాధనారహస్యాలను మరికొన్నింటిని ముందుముందు మరో వ్యాసంలో తెలుసుకొందాం!

*

ధ్యానానికి ఏ ఆసనం మంచిది?

శ్రమ లేకుండా ఎక్కువ సేపు స్థిరంగా ఏ పద్ధతిలో కూర్చొనటానికి అనుకూలమో, ఆ కూర్చొనే పద్ధతే ఆసనమంటే! ధ్యానానికి 'ఫలానా' ఆసనం శ్రేష్ఠమైనదనో, 'ఫలానా' ఆసనంలో కూర్చొని జపధ్యానాలు చేస్తే 'ఫలానా' సిద్ధి వస్తుందనో, 'వెన్నెముక, మెడ, తల ఒకే సమరేఖలో ఉండాలి' అనే యోగశాస్త్రనియమాన్ని సాధించాలనో, ధ్యానం చేసుకునేప్పుడు ఆసనం మార్చకూడదనే భావంతోనో - ఆసనాభ్యాసం పేర శరీరాన్ని బలవంతపెట్టడం మంచిది కాదు! శరీరం గూనిగా వంగిపోకుండా, పట్టు బిగింపు శ్రమ లేకుండా ఎక్కువసేపు ఎలా కూర్చొనగలమో చూచుకొని, ఆ ఆసనాన్ని(కూర్చొనే పద్ధతిని) మన ధ్యానానికి ఎంపిక చేసుకోవాలి. మరో విధంగా చెప్పాలంటే ఫలానా పద్ధతిలో కూర్చొని వున్నామనిగాని, అసలు కూర్చొని వున్నామని గాని స్ఫురణకు రాకుండా ఉండే ఆసనమే అన్నింటిలోకి ఉత్తమమైన ఆసనం. ధ్యానం మధ్యలో ఒకవేళ ఆసనం మార్చాలని అనిపిస్తే హాయిగా మార్చుకోవచ్చు. ఆర్తి, ఆర్ద్రతలతో అభ్యాసం చేస్తూ చేస్తూ పోగా, ధ్యానంలో చిత్తచాంచల్యం తగ్గి, మనస్సు అంతర్ముఖమైతే, ఆసనసిద్ధి సహజంగా సునాయాసంగా సిద్ధిస్తుంది. ధ్యానం చేసుకొని లేవగనే దేహంలో ఎక్కడా ఏమాత్రం బిగింపు లేకుండా హాయిగా, తేలిగ్గా ఉండాలి. అదే మనం కూర్చున్న ఆసనం, చేసిన ధ్యానం సరైనదని చెప్పడానికి గుర్తు. యోగశాస్త్రగ్రంథాలలో మనం కూర్చొనే పద్ధతికి ఏ పేరు పెట్టివున్నా అది మనం పట్టించుకోనవసరం లేదు. ఏ రకంగా (ఆసనంలో) కూర్చొంటే దేహానికి సుఖంగా శ్రమరహితంగా

ఉండి ధ్యానం హాయిగా చేసుకోగలమో – అదే మన సంస్కారానికి సరిపడే ఆసనం. అదే 'సుఖాసనం!' అందుకే అన్ని ఆసనాలలోకి 'సుఖాసనం' శ్రేష్ఠమైనదని అంటారు భగవాన్ శ్రీరమణమహర్షి! ❋

"మన హృదయాలలో నాటబడ్డ బాబా పట్ల ప్రేమ, జీవితతత్త్వం పట్ల అన్వేషణ అనే విత్తనాలు ఇప్పుడిప్పుడే మొలకెత్తుతున్నాయి! అవి సరిగా పెరిగి పుష్పించి ఫలాలనివ్వాలంటే, ఆ మొలకలను జాగ్రత్తగా కంచెకట్టి కాపాడుకోవాలి. ఆ కంచే, సత్సంగం!"

-శ్రీబాబూజీ

అసూయను జయించడం - అంత సులువా?

ఆనందమయ జీవితానికి, ఆత్మజ్ఞానానికి అడ్డుగోడలైన అరిషడ్వర్గాలలో – కామ క్రోధ లోభ మోహ మద మాత్సర్యాలలో – చివరిది మత్సరం. మత్సరమంటే ఈర్ష్య - అసూయల కలగలుపు రూపమని చెప్పుకోవచ్చు. ఈర్ష్యాసూయలనే పదాలను రెంటినీ సామాన్యంగా మనం సమానార్థంలోనే వాడుతూ ఉంటాం. కానీ, ఆ రెంటికీ సూక్ష్మమైన భేదం ఉంది. తనకు చెందవల్సింది ఇతరులకు పోయిందేనన్న కించ, బాధ – ఈర్ష్య. ఏదో ఒక విషయం కోసం ఇద్దరు పోటీపడి, వారిలో ఒకరికి ఆ ఫలితం దక్కి, మరొకడికి రాకపోయినపుడు ఆ రెండోవాడు పడే బాధ - ఈర్ష్య. తాను ఆశించింది పొందలేకపోయానేనన్న బాధకంటే, అది పక్కవాడు పొందాడేనన్న దుగ్ధ - ఈర్ష్య యొక్క స్వరూపం. దీనివల్ల ఒకవేళ ఇద్దరకూ ఆ ఫలితం లభించకపోతే, తనకు రాలేదనే బాధ మరచిపోయి, పక్కవాడికి కూడా అది లభించలేదని లోలోపల సంతోషించడం జరుగుతుంది!

ఇక అసూయ విషయం అలా కాదు. తనకెంతమాత్రం సంబంధించినది కాకపోయినా, తానేమాత్రం దానికోసం ప్రయత్నించక పోయినా, అది లేకపోవడం వల్ల తనకే మాత్రం నష్టం లేకపోయినా,ఇతరులకు ఏదైనా మేలు లాభం కలిగితే మనసులో ఊరకే కించపడే స్వభావం అసూయ!

పైన పేర్కొన్న అరిషడ్వర్గాలలో మిగిలిన వాటికి - మనలోని అహం, కోరికలు, వాసనలు, వ్యక్తిగతమైన లాభనష్టాలు, సుఖదుఃఖాలు

మొదలయిన వాటి నేపథ్యంలో – కొంచెమయినా కారణం, ప్రాతిపదిక ఉంది. కనుక వాటిని కేవలం వివేకంతో జయించి పోగొట్టుకోవడం కొంచెం కష్టం. కానీ, అసూయ విషయం అలా కాదు! అది కేవలం అకారణంగా కలిగేది! ఏదైనా కారణమంటూ ఉంటే అది మిగిలిన వికారాల ఉనికిని ఆధారం చేసుకొని, వాటి నీడలా ఉంటుంది. మనలో చాలామంది ఈ వికారం (అసూయ) మనలో లేదని భ్రమపడతాం. కానీ, జాగ్రత్తగా మన మనస్సును తరచి చూస్తే – ముఖ్యంగా ఇతరులు లాభపడుతున్న వార్త వింటున్న సమయంలో – దాని ఉనికి మనకు అవగతమవుతుంది. అలా అది మన అంతరంగంలో తళుకుమన్న ప్రతిసారీ దాన్ని గుర్తిస్తూ పోతే, క్రమంగా ఆ వికారం అంతరిస్తుంది. మొదట తేలికగా పోగొట్టుకోగలిగే వికారాన్ని జయిస్తే, అభ్యాసబలంతో క్రమంగా మిగిలిన ఇతర వికారాలను గూడా గుర్తించి వదిలించుకొనే పట్టు చిక్కుతుంది.

అసూయను గూర్చి శ్రీసాయిబాబా తనదైన రీతిలో ఏం చెప్పారో చూద్దాం. ఒకసారి నానాసాహెబ్ చందోర్కర్‌తో బాబా ఇలా అన్నారు:

"అరిషడ్వర్గాలలో అసూయను జయించడం అతి తేలిక! దీనిలో మనకు వచ్చేది కానీ, పొయ్యేది కానీ ఏమీ ఉండదు. ఇతరుల మేలు, సుఖం చూసి ఓర్వలేకపోవడమే అసూయ. ఇతరులకు ఏదైనా మంచి స్థాయిగానీ ఐశ్వర్యం గానీ వస్తే, అది చూచి ఓర్వలేక వారినిగూర్చి లేనిపోని మాటలు కల్పించి దూషిస్తాం. వారికేమయినా కష్టం కలిగితే ఆనందిస్తాం. ఇది సరైనదేనా? వాడికెవడికో మేలు జరిగితే అందువల్ల నీకొచ్చిన నష్టమేముంది? కానీ, మనుషులు ఈ విషయం ఆలోచించనే ఆలోచించరు. పక్కవాడికి మేలు జరిగితే సంతోషించగలగాలి. లేదు, అది మనమూ పొందేందుకు ప్రయత్నించాలి. అంతేకాని, ఆ బాగుపడ్డవాడు మనదేం లాక్కోలేదుకదా? వాడి కర్మ ఫలితంగా అది వాడికి లభించింది. దానికి మనం వగచినందువల్ల లాభమేముంది? అందువల్ల, మొదట అసూయను జయించాలి!"

❋

ఆలయ నిర్మాణంలో
అసలైన ఆగమసూత్రాలు!

సమాజంలో ఆస్తికత అడుగంటి పోతున్నదని, దైవభక్తి క్షీణిస్తున్నదని ఒకప్రక్కన దైవచింతనగలవారు మహామథనపడిపోతుంటే, మరోప్రక్క పల్లెపల్లెలా దేవాలయాలు, వాడవాడలా మందిరాలు లెక్కకుమించి పుట్టుకొస్తూండడం, వాటిలో కొన్ని మరీ మహిమగల దేవాలయాల ఆదాయం అంతులేకుండా పెరిగిపోతూండడం చూస్తుంటే, 'నిజంగా సమాజంలో దైవభక్తి క్షీణించడంలేదేమో!' – నన్ను అనుమానం రాకమానదు.

తనకు ఆలయాలు కట్టించమని దేవుడు దేబిరించలేదు! దేవాలయాల నిర్మాణం ముక్తికి తిరుగులేని మార్గమని శాస్త్రాలు ఘోషించడమూ లేదు. అయినా క్రొత్త దేవాలయాలు పుట్టుకొస్తూనే ఉన్నాయి. పాత దేవాలయాలు దీపం పెట్టే దిక్కులేక పాడుపడిపోతూనే ఉన్నాయి.

ఆలయ నిర్మాణానికి ఖర్చుపెట్టిన డబ్బు చిత్రగుప్తుని చిట్టాలో పుణ్యం క్రింద (పెద్ద అక్షరాలతో) జమ అవుతుందనే విశ్వాసం, తాము పెట్టుబడి పెట్టిన దేవాలయం నిలిచి ఉన్నంతవరకు అజరామరమైన కీర్తితో పాటుగ జమ అయిన పుణ్యం తాలూకు వడ్డీ కూడా తమకు ముట్టుతూంటుందనే ఆశ – సామాన్యంగా దేవాలయనిర్మాణానికి ప్రేరకాలు. తన ఇష్టదైవం మీద ప్రీతితోకానీ, ఆ దైవం ఏవో తన కోరికలు తీర్చినందుకు కృతజ్ఞతతోగానీ ఎవరైనా మనఃస్ఫూర్తిగ ఆలయనిర్మాణానికి సంకల్పించినా, ఆ ఆలయ

నిర్మాణానికి ధనకనకవస్తురూపంలో వచ్చిపడే సహకారం వెనుకైనా పైచెప్పిన ప్రేరణ సామాన్యంగా దర్శనమిస్తుంది. అటువంటి ప్రేరణలో నుండి ఉద్భవించి, ధనికస్వాములు (తమ ఆదాయపు పన్ను మినహాయింపు కోసం) విదిలించిన నల్లడబ్బుతో కట్టబడ్డ అలాంటి దేవాలయాలు ఈ కలిలోని పాపాల రూపాలుగా మన కళ్ళముందు నిలుస్తున్నాయి!

ఆలయనిర్మాణంవల్ల ఒనగూడే పుణ్యాన్ని మాత్రమే వాటి నిర్మాతలు చూస్తున్నారు కానీ, ప్రజలలో సరైన ధార్మిక చింతన, దైవభక్తి (భయంకాదు!) సరైన జీవితపు విలువల సాధన, అలా కట్టిన దేవాలయాల నిర్వహణ ధర్మబద్ధంగా జరుగకపోతే అది యెంత ఘోరమైన దోషమోనన్న విషయం మనం గుర్తించడం లేదు. అతిథిని ఇంటికి ఆహ్వానించి, ఆ అతిథి రాగానే అతడ్ని పట్టించుకోక అశ్రద్ధచేయడం వంటి అకృత్యమిది. ఆలయంలోకి దైవాన్ని ఆవాహన చేసి (ప్రాణప్రతిష్ఠ చేసి) ప్రతిష్ఠించి, తరువాత ఆ దైవకార్యం పట్ల శ్రద్ధవహించకపోవడం దైవధిక్కారమే అవుతుంది; 'దేవాలయంలో దీపం ఆర్పడమే' అవుతుంది!

ఈ అనర్థానికి అసలు కారణం దేవాలయమంటే కేవలం దేవునికి కట్టించిన నివాసమేననే దురవగాహన, దేవాలయతత్త్వాన్ని గురించి మహాత్ములు చెప్పిన సత్యాలు మరుగున పడడమూ కారణాలని తోస్తుంది. స్థూలమైన విశ్వానికి (macrocosm) సూక్ష్మరూపం (microcosm) వ్యక్తి. అయితే, యీ స్థూల-సూక్ష్మరూపాల 'స్వ'రూపం మాత్రం ఒక్కటే. ఈ 'అద్వైత' స్వరూపాన్ని మనచే దర్శనం చేయించేవి ఋషిప్రోక్తాలయిన నిగమాగమాలు. వ్యష్ఠి (individual consciousness) రూపుడైన జీవుని, సమిష్టి రూపుడయిన (collective consciousness) ఈశ్వరునితో అనుసంధానం చేసే ప్రక్రియే యజ్ఞం. వేదసంస్కృతిలో ప్రధానపాత్ర వహించిన యజ్ఞవాటికలు కాలాంతరంలో దేవాలయాలుగా రూపుదిద్దుకున్నాయి. పైన వివరించిన యజ్ఞానికి దేవాలయం సంజ్ఞారూపం. మానవుని మూలప్రకృతి

ఏ కాలంలోనయినా ఒక్కటే. కనుక వ్యక్తి తన ప్రకృతిని ఏ విధంగా సంస్కరించుకొని బాహ్యజగత్తుతో సామరస్యంగా మనగలడో నిర్దేశించే మౌలికసూత్రాలు కూడా మారనివే.

ఈ అంతర్దర్శనాన్ని సాధించడానికి అవసరమైన మానవ ధర్మాలను, సాధనాలను ప్రబోధించే కేంద్రాలుగా దేవాలయాలు ఏర్పడ్డాయి. అందుకనే మునుపు ఆచార్యపీఠాలుగా, ఘటికాస్థానాలుగా (universities), ధర్మజిజ్ఞాసకు వేదికలుగా దేవాలయాలు వెలుగొందాయి. కాలక్రమేణా సమాజంలో తాత్త్విక జిజ్ఞాస, అవగాహన కొరవడడంతో, దేవాలయాలు ఆయా ఆలయ అధిష్ఠాన దేవతలకు కేవలం అర్చనాకేంద్రాలుగా మారిపోయాయి. ఆచార్యులు అర్చకులయ్యారు. ఆచార్యపీఠాలు దేవతార్చన 'పీటలు'గా మారిపొయ్యాయి. జిజ్ఞాసువులకు, ముముక్షువులకు 'ఆశ్రమాలు'గా వెలుగొందిన దేవాలయాలు క్రమంగా కేవలం ఆర్తులకు, అర్థార్థులకు ఆశ్రయాలయ్యాయి.

ఆలయనిర్మాణం చేబట్టే ముందు, ఆలయం నిర్మించబోయే ప్రదేశంలో మహాత్ముల చరిత్రల పఠనము, పవిత్ర ఆధ్యాత్మిక ధార్మిక గ్రంథాల అధ్యయనము, మహాత్ముల ఆశీస్సులు, సామూహిక జపధ్యానాలు కొంత కాలం పాటు జరగాలి. నిత్య సత్సంగ స్వాధ్యాయ ప్రవచనాలపట్ల ఆ ప్రాంతంలోని స్థానిక ప్రజలకు శ్రద్ధాసక్తులు కలగాలి. అలా జరుగుతూంటే క్రమంగా ఆ కేంద్రమే దేవాలయంగా పరిణతి చెందుతుంది. ఇది సాధించకుండా, దేవాలయ నిర్మాణానికి పూనుకొని, చందాలు దండిగా దండి, దండగజేయడం నిషిద్ధకార్యమే అవుతుంది. ఇదే ఆగమశాస్త్రాల్లో ఆలయ నిర్మాణానికి ముందు చేయవలెనని చెప్పబడ్డ 'స్థలశోధన' 'స్థలశుద్ధి'ల లోని ఆంతర్యం.

స్థూలమైన విశ్వానికి (macrocosm) అంటే విరాట్ స్వరూపానికి సూక్ష్మరూపం (microcosm) వ్యక్తియనీ, యీ రెండింటి యొక్క సమన్వయ

స్వరూపాన్ని దర్శింపజేసే సాధనం దేవాలయమనీ ఇంతకు మునుపు చెప్పుకున్నాం. అందువల్లనే వ్యక్తి యొక్క దేహము, జీవప్రకృతికి ప్రతీకగా ఆలయనిర్మాణం కూడా సాగింది. **"దేహోదేవాలయప్రోక్తః జీవోదేవ స్సనాతనః"** *'దేహమే దేవాలయం; అందులోని జీవుడే దేవుడు అని భావించి పూజించు'* అని తమ 'ఆత్మపూజ' గ్రంథంలో శ్రీఆదిశంకరులు ప్రవచించారు. మానవ దేహనిర్మాణానికి ప్రకృతికి ప్రతీకగా దేవాలయాన్ని ఎలా నిర్మించాలనే సూత్రాలను చెప్పేందుకు దేవాలయ వాస్తు పుట్టింది. ఈ సత్యాన్నే **"నరప్రాస్తారమితి తద్వాస్తు ప్రస్తార మిత్యపి"** అని ఆ శాస్త్రమే చెబుతున్నది.

వ్యక్తి తనలోని రాగద్వేషాదులను శోధించి, అలా శుద్ధిచేయబడ్డ అంతరంగంలో అస్తవ్యస్తంగా పడివున్న తన హృదయవాసనలనే చంద్రశిలలను ఆగమసూత్రాలకనుగుణంగా తీర్చి పేర్చి నిర్మించిన హృదయ మందిరంలో భగవంతుడు ఆనందంతో నర్తిస్తాడు. మనం నిర్మింప తలపెట్టిన బాహ్యామందిరం ఈ హృదయమందిరాన్ని ప్రతిబింబించే తత్త్వమయ నిర్మాణం కావాలి! అప్పుడే, **"బింబాన మాభిరూపాచ్చ దేవాః సాన్నిధ్య మిచ్ఛతి"** (అంటే, 'బింబ సౌందర్యానికి, లక్షణాలకు అనుగుణంగా దేవతలు తమ సాన్నిధ్యాన్ని ఇవ్వగోరుతారు') అన్న ఆగమశాస్త్రప్రామాణ్యం — ఆధ్యాత్మికార్థంలో — సిద్ధిస్తుంది.

తనపట్ల, దైవంపట్ల, సాటి మానవులపట్ల సరైన అవగాహనను సమాజంలో కల్పించడానికి ప్రయత్నించక ఆలయాలు నిర్మిస్తే ఆ దేవాలయ రాతి కట్టడాలు స్వార్థంతో కరుడుగట్టిన మనిషి హృదయాలకు ప్రతీకలుగా మాత్రమే నిలుస్తాయి. ఉన్నతసంస్కారాలనే విద్యాప్రణాళికతో ఆత్మవిద్యకు బళ్ళుగా మన పెద్దలు రూపొందించిన యీ గుళ్ళు, కులాల కుళ్ళుకు మతాల మళ్ళకు లోగిళ్ళు కారాదు!

మేలుకొలుపు–బాలభోగం దగ్గరనుండి, ఆరగింపు–పవళింపు సేవలదాకా షోడశోపచారాలు 'జరిపించడం' మాత్రమే కాదు దైవం పట్ల

శ్రద్ధ వహించడమంటే! దైవం ధర్మస్వరూపం. స్వాధ్యాయప్రవచనాలతో కూడిన ధర్మప్రచారానికి సంస్కరణకు దేవాలయం సాధనం కావాలి.

లేకపోతే, యీనాడు మనం చూస్తున్నట్లు, దేవాలయాలు ధనికస్వాముల అధికారపాటవ ప్రదర్శనశాలలుగా, కుళ్ళు కులతత్త్వపు కురుక్షేత్రాలుగా, అసంతృప్త ముఠారాజకీయవాదుల అధికార పునరావాస కేంద్రాలుగా, వినోదయాత్రాస్థలాలుగా, మూఢాచారాల మత్తుమందునందించే 'మతం' బ్రాండు పానశాలలుగా, శృంగార సినీగీతాల 'జ్యూక్‌బాక్సులు'గా, పెళ్ళిమంటపాలుగా, మొక్కుబళ్ళు తీర్చే క్షౌరశాలలుగ మారక తప్పవు!

అందుకే అన్నాడు వేమన: "*దేవళములలోను తీర్థంబులందును మూలమెరుగకున్న ముక్తి లేదు!*" – అని. వేమన యోగీంద్రుని యీ మాట – ఆగమశాస్త్రాల తేట!

❋

"నీవెప్పుడూ సత్యాన్ని అంటిపెట్టుకో!

నీవెక్కడున్నా నేను నీవెంటే ఉంటాను"

-శ్రీసాయిబాబా

కాలగతి

"కాలగతి మనుగడకు మనసే గతి! కాలమనే గడియారానికి మనసు యొక్క బాహ్యప్రవృత్తి పెద్దముల్లయితే, అంతర ప్రవృత్తి చిన్నముల్లు. మనోలయమైన మరుక్షణం ఆ కాలమనే గడియారానికి 'మరోక్షణ'మనేదే ఉండదు. దేశకాలపరిమితుల పరిధిలో, 'నేను వేరు-జగత్తు వేరు' అనే అన్యత్వభావనలో వేళ్ళూనికొనివున్న మనసు యొక్క అనుభవమే కాలగతి. తలపులుడిగిన తన్మయత్వమే తానైన శ్రీసాయికి 'కాలగతి' యొక్క స్ఫురణ ఉండదు. అందుకే ఆయన **"నా వయసు లక్షల సంవత్సరాలని"** అన్నారు. అంతేకాదు. మరో సందర్భంలో, **"నేను పుట్టినప్పుడు నా తల్లి తనకు కుమారుడు కలిగినందుకు యెంతో సంబరపడింది. నా మటుకు నాకు, 'అసలు నేను జన్మించినదెప్పుడు? అంతకుముందు మాత్రం నేను లేనా?' అని అనుకొన్నాను"** అని అన్నారు. ఒకవైపు 'నేను పుట్టినప్పుడు' అంటూ, తమ ప్రాకృతిక దేహంయొక్క సాపేక్షిక వాస్తవాన్ని ముచ్చటిస్తూనే, మరోవైపు, 'అసలు నేనెప్పుడు పుట్టాను?' అన్న తమ స్వానుభవాన్ని తెలియజేస్తున్నారు. తత్త్వబోధనలో అది బాబా యొక్క విలక్షణ శైలి! పుట్టగానే తల్లికి, ఆపైన తన స్వరూపమేయైన యీ జగత్తుకు ఆనందాన్నిస్తూ, ఆ ఆనందాన్నే గుర్తిస్తూ, తరుగులేని ఆనందమే తానని తెలియజేస్తూ ఉన్న ఆనందస్వరూపమాయన. దేశకాల పరిమితులకు అతీతమైన అనుభవమనే నీలాకాశపు నేపథ్యంలో, మమతానుబంధాల వర్షపుజల్లుల వెనుక, జ్ఞాన వైరాగ్యాల వెలుగులో మనోహరంగా ప్రకాశించే ఇంద్రధనస్సు - శ్రీసాయిరూపం!"

~ **శ్రీబాబూజీ**

సాయి భక్తిపథంలో సాయి మందిరాలు

అద్భుతంగా అనంతంగా వృద్ధి చెందుతూ వ్యాపిస్తున్న సాయిభక్తి అనే మహావటవృక్షానికి వేసిన కొమ్మలు రెమ్మలే మనం ఈనాడు చూస్తున్న సాయిమందిరాలు. అయితే, సాయిమందిరాలు కేవలం పూజామందిరాలుగా భజనకేంద్రాలుగా మాత్రమే కాక, శ్రీసాయిబాబా యే విశిష్ట సంప్రదాయాన్ని ప్రవర్తిల్లజేయడానికి అవతరించారో, ఆ సత్సంప్రదాయానికి పట్టుకొమ్మలు కావాలి. మనకు తోచిన విధంగా మనమే ఏర్పరచుకున్న పూజావిధులు తదితర 'తంతు'లకన్నా, శ్రీసాయి ఆవిష్కరించిన ఉత్కృష్టమైన ఆధ్యాత్మికసూత్రాలకు సాయిమందిరాలు నెలవులు కావాలి. "శిరిడీలోలాగా మందిరాన్ని ఎలా కట్టాలి? శిరిడీలోలాగా నాలుగు ఆరతులు ఎలా నిర్వహించాలి? శిరిడీలోని బాబా విగ్రహం 'మాదిరి' విగ్రహాన్ని ఎలా తయారుచేయించాలి? శిరిడీలో బాబా వెలిగించిన ధుని 'మాదిరి' అగ్నిహోత్రాన్ని మన మందిరంలో కూడా ఎలా ప్రతిష్ఠించుకోవాలి?" – అనే అంశాలకంటే, శిరిడీని అంతటి మహామహిమాన్వితమైన క్షేత్రంగా రూపొందించటానికి కారణమైన బాబా ఆదర్శ జీవితవిధానము, ఆయన మనకందించిన ఆధ్యాత్మికసూత్రాలు, బాబా పాదుకొల్పిన విశిష్ట సంప్రదాయము ప్రాముఖ్యతను సంతరించుకోవాలి. దానికి కావలసిన సాయి అనుగ్రహాన్ని అవగాహనను పెంపొందించు కొనేందుకు మనం యత్నించాలి. "ఇది మా సాయిమందిరం - అది మీ సాయిమందిరం - అది ఫలానావారి సాయిమందిరం" అని కాక, అన్నీ 'మన సాయి' మందిరాలేనన్న భావం మనలో బలపడాలి. మందిర

నిర్వహణలో ఎవరి సమస్యలు సదుపాయాలు వారికున్నాయి. 'మాది' 'మీది' అనే హద్దులు తుడిచివేసి అందరూ పరస్పర సహకారంతో ఉద్యమించిననాడు, ఆ 'సమస్యల'లో ఎక్కువ భాగం అసలు 'సమస్యలుగా'నే మిగలకుండాపోతాయి.

ఆ శుభప్రదమైన శోభస్కరమైన పరిణామాన్ని బాబానే కలుగజేయాలి. ఆ అవగాహనతో, బాబా అనుగ్రహం కోసం ప్రార్థించడమే మనమిప్పుడు చేయగలిగింది!   ✻

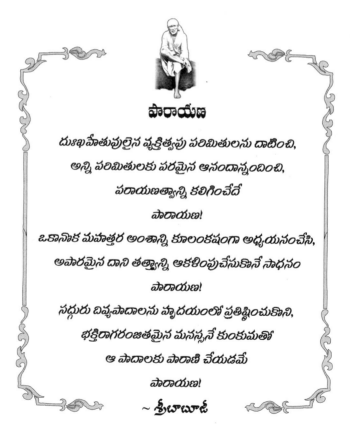

పారాయణ

దుఃఖ హేతువులైన వ్యక్తిత్వపు పరిమితులను దాటించి,
అన్ని పరిమితులకు పరమైన ఆనందాన్నందించి,
పరాయణత్వాన్ని కలిగించేదే
పారాయణ!
ఒకానొక మహత్తర అంశాన్ని కూలంకషంగా అధ్యయనంచేసి,
అపారమైన దాని తత్త్వాన్ని ఆకళింపుచేసుకొనే సాధనం
పారాయణ!
సద్గురు దివ్యపాదాలను హృదయంలో ప్రతిష్ఠించుకొని,
భక్తిరాగరంజితమైన మనస్సనే కుంకుమతో
ఆ పాదాలకు పారాణి చేయడమే
పారాయణ!
~ శ్రీబాబూజీ

118

పంచాంగాల పట్టు! ప్రపత్తికి గొడ్డలి పెట్టు!

"జాతకాలు చూడవద్దు! సాముద్రికాన్ని నమ్మవద్దు!" [1] ~ శ్రీసాయిబాబా

మన జ్యోతిష్కులు చెప్పే జోస్యాల శాస్త్రంలో నిజం ఎంతో ఆ జాతవేదునకే తెలుసు! మనకు మన భవిష్యత్తు గురించి సహజంగా ఉండే భయాందోళనలు, భద్రతారాహిత్యభావం, ఎలాగైనా భవిష్యత్తులో ఏం జరుగుతుందో తెలుసుకోవాలనే ఆతురత, యేమాత్రం వీలున్నా ఆ 'భవిష్యత్తు'ను మనకనుకూలంగా మార్చుకోవాలన్న ఆశ . . . ఇవన్నీ కలిసి మనలను జ్యోతిషాల పాలబడేలా చేస్తున్నాయి. ఏది జరగాలని నిర్ణయింపబడి ఉందో అదే 'భవిష్యత్తు' అయినట్లయితే, దాన్ని ముందుగా తెలుసుకొనే సామర్థ్యం జ్యోతిష్కుల కెంతమందికున్నది? ఒకవేళ ఉన్నా, ఆ భవిష్యత్తును మార్చగలిగే 'శక్తి' వారు చేసే 'గ్రహశాంతుల'కున్నదా? అంత తేలిగ్గా మార్చుకోగలిగింది అసలు 'భవిష్యత్తు' ఎలా అవుతుంది? - అనే విషయాలను గురించి మనం యోచించం! ప్రజాబాహుల్యానికి సంబంధించినంత వరకు యీ అనాలోచిత చర్యల సంగతెలావున్నా, శ్రీసాయిబాబా వంటి సద్గురువును ఆశ్రయించిన సాయిభక్తులకు మాత్రం ఇది అనుచితమని చెప్పక తప్పదు!

కొందరడగవచ్చు: "మరి, బాబా కూడా భవిష్యత్తు చెప్పారుగదా?" అని. ఇదే ప్రశ్న శ్రీనానాసాహెబ్ చందోర్కర్ ఒకసారి బాబానే అడిగాడు! దానికి బాబా తన సహజమైన నిగూఢరీతిన చెప్పిన సమాధానం గమనార్హం.

బాబా అన్నారు: "లేదు నానా! నేను ఎట్టి చమత్కారాలు చెయ్యను! మీకు జ్యోతిష్కులు వున్నారు. వారు ఏవో గుణించి చూచి, ఓ రెండు రోజుల ముందుగా భవిష్యత్తు చెప్తారు. వీనిలో కొన్ని నిజాలవుతాయి. నేను ఇంకా కొంచెం దూరం ముందుగా చూస్తాను. నేను చెప్పింది జరుగుతుంది. బాహ్యాంగా, నేను చేసేది గూడా ఒకవిధమైన జ్యోతిషంలాగా కనబడవచ్చు. అయితే, దీని ఆంతర్యం పామరులు గ్రహించలేరు. నీకు ముందు ముందు ఏమి జరగబోతుందో తెలియదు గనుక, అది నేను చెప్తే, నీకు అది ఒక చమత్కారం(మహత్తు)గా కనిపిస్తుంది. అవి నా అద్భుత శక్తికి నిదర్శనాలని తలచి నా పట్ల భయభక్తులు చూపుతావు. నేను మాత్రం మీరు చూపే భక్తి గౌరవాలను ఆ భగవంతునికే సమర్పించి, మీరు నిజంగా అనుగ్రహింపబడేలా చూస్తాను". [2]

చాలా సునిశితంగా పరిశీలిస్తే గాని బాబా మాటలలోని అంతరార్థం బోధపడదు. తాము ఎప్పుడూ 'చమత్కారాలు' చేయమనీ, మన పామరత్వము వల్లనే ఆయన చేసే పనులు 'చమత్కారాలు'గా 'జోస్యాలు'గా కనిపిస్తాయనీ, అటువంటి వాటికోసమే ఆయన్ను ఆశ్రయిస్తే సద్గురువును ఒక జ్యోతిష్కుని స్థాయికి దిగజార్చడమేననీ, అలా చెయ్యడం శ్రీసాయి వంటి సమర్థ సద్గురుని ఓ సద్గురువుగా కాక, ఒక జ్యోతిష్కునిగా తలచి, ఆశ్రయించడంతో సమానమేనని - బాబా మాటల్లోని శ్లేష. అంతేకాదు! బాబా చెప్పిన మాటలలో మరో సత్యాన్ని గుర్తించాలి. అదేమంటే, జ్యోతిష్కులు బహుశా కొంచెం ముందుగా జరుగబోయేది చెప్పగలరేమో కానీ, - బాబా *'చెప్పింది జరుగుతుంది!'*

అయితే, అలా జోస్యాలుగా 'కనిపించే' చర్యలనయినా బాబా ఎందుకు చేసినట్లు? సద్గురువు తమ భూతభవిష్యద్వర్తమానాలు తెలిసిన త్రికాలజ్ఞులని, తన శ్రేయస్సు కోసం అవసరమైతే 'విధినే' మార్చగల సమర్థులనే విశ్వాసం బాబా యొక్క లీలల వల్ల భక్తునికి కలుగుతుంది.

క్రమంగా ఆ విశ్వాసమే భక్తుని సద్గురువుకు సంపూర్ణ శరణాగతి చెందిస్తుంది. అప్పుడే సద్గురువుకు పూర్తిగా 'పగ్గాలప్పగించడం' సాధ్యం. శ్రీసాయిబాబా వంటి సమర్థ సద్గురువును ఆశ్రయించనంత వరకే జాతకాలు, గ్రహాలు మొదలైన వాటి ప్రసక్తియని, ఒక్కసారి (శ్రీసాయి వంటి) సద్గురువును ఆశ్రయించిన తరువాత 'గ్రహాలు' ఏమీ చెయ్యలేవని శాస్త్రం, మహాత్ముల ఉవాచ. ఈ విషయాన్ని సూచిస్తూ బాబా ఒక భక్తునితో, *"నీ ప్రారబ్ధంలో నీకు సంతానమెక్కడ ఉంది నా దేహాన్ని చీల్చి నీకు కుమారుణ్ణి ప్రసాదించాను"* అనీ, మరో భక్తునితో, ***"ద్వారకామాయి బిడ్డలను గ్రహాలేం చెయ్యగలవు?"*** అనీ అభయమిచ్చారు. మరోసారి ఒక ప్రముఖ జ్యోతిష సిద్ధాంతి బాబాను అంగసాముద్రికశాస్త్ర దృష్ట్యా పరిశీలించాలని శిరిడీ వచ్చాడు. అతడు మసీదు చేరి ఒక మూల కూర్చోబోతుండగా బాబా తమ ప్రక్కనున్న భక్తులకు ఆ సిద్ధాంతిని చూపుతూ, ***"ఇతడు నా ఇంటి వాసాలను లెక్క బెట్టడానికొచ్చాడు! నా దగ్గర అతడు చూడగలిగిందేమీ లేదు. అతణ్ణి వెంటనే ఇక్కణ్ణుండి బయటకు పంపివేయండి!"*** *("ఓ హమారా జోపిడీ కా బాంబు గిన్‌నేకో ఆయా . . .")* అని కోపంగా కేకలేసారు.

ఒకసారి ఒక భక్తుడు ఒక జ్యోతిషశాస్త్ర గ్రంథాన్ని బాబా చేతికిచ్చి, ఆయన ప్రసాదంగా దాన్ని తిరిగి తనకివ్వమని ప్రార్థించాడు. అలాంటి సందర్భాలలో బాబా తమ అనుమతిని ఇవ్వదలచుకోకపోతే, ఆ ఆశీస్సులు కోరే వ్యక్తికి ఆ వస్తువును తిరిగి ఇచ్చేవారు కాదు. అయితే భక్తులు సమర్పించిన యే వస్తువును తమ వద్ద ఉంచుకొనేవారు కూడా కాదు. కనుక అటువంటి వస్తువులను (పుస్తకాలు మొ॥నవి) తమ ప్రక్కనున్న షామా వంటి భక్తులకు ఇచ్చేసేవారు. జ్యోతిషం వంటి విద్యల్ని ఎన్నడూ ప్రోత్సహించని బాబా, ఆ జ్యోతిషగ్రంథాన్ని ఆశీస్సులకోసం తమకిచ్చిన భక్తునికి తిరిగి ఇవ్వలేదు. ఆ పుస్తకాన్ని అటు, ఇటు తిరగేసి, ఆ సమయంలో తన ప్రక్కనున్న శ్రీబుట్టీకి ఇచ్చివేసారు.[3]

తమకేది మంచిదో అది బాబా తప్పక చేస్తారనే విశ్వాసం సాధనాపథంలో ప్రథమ సోపానం. అది మరచి సాయిభక్తులే జ్యోతిష్కుల చుట్టు, వాస్తు సిద్ధాంతుల చుట్టూ తిరగడం; కొందరు ప్రముఖ సాయిభక్తులే జాతకాలను ప్రోత్సహిస్తూ జోస్యాలు చెప్పడం; ఎందరో 'వృత్తి జ్యోతిష్కుల'కు శ్రీసాయి 'కులదైవం' కావడం - శోచనీయం! సద్గురు చరణాలనాశ్రయించి, వారిని శ్రేయోభిక్ష పెట్టమని అర్థించిన చేతులను హస్తసాముద్రికుల ముందు దేబిరిస్తూ చాచడం - మనం ఆశ్రయించిన సద్గురువునే అవమానించి, కించపరచడం కాదా? ప్రసిద్ధ జ్యోతిషశాస్త్ర పండితుడు శ్రీముళేశాస్త్రి (నాసిక్) ఒకసారి బాబా చేయి చూస్తానని ప్రార్థిస్తే, బాబా ఓ చిరునవ్వు నవ్వి ఊరుకున్నారేగానీ, ఆ హస్తసాముద్రికుని ముందు తమ చేయి చాపలేదు! ఈ జోస్యాల ఆకర్షణలలో గ్రహశాంతుల ఊబిలో పడకుండా, వివేకంతో తమను తాము నిగ్రహించుకోగలిగిననాడు మనం శ్రీసాయి శరణాగతిపథంలో ఒక మెట్టు పైనుంటాం! ❋

---

[1] బాబా మాట: **"సాంగె తయాస్ మాఝె మాన్, పత్రికా ఠేవీగుండాళూన్ . . . జన్మపత్రికా పాహూ నకా . . . సాముద్రికా విశ్వాసూ నకా . . . ఠేవీ విశ్వాస్ మజవరీ!"** ("నేను చెప్పే మాట వినుకో! జన్మకుండలిని చుట్టచుట్టి అవతలపారెయ్! జాతకాలు చూడొద్దు! సాముద్రికాన్ని నమ్మొద్దు! నాపై విశ్వాసముంచు!") -శ్రీసాయి సచ్చరిత్ర, అధ్యాయం: 29; ఓవీ 108-110.

[2] Narasimhaswami, B.V. *The Gospel of Sai Baba's Charters & Sayings,* No.371.

[3] జ్యోతిషం మీద ఏ మాత్రం ఆసక్తి లేకపోయినా బాబా చేతిగుండా వచ్చింది కదా అని శ్రీబుట్టీ ఆ గ్రంథాన్ని చదవడం, ఒకసారి శ్రీకాకాసాహెబ్ దీక్షిత్ ఎన్నికలలో పోటీచేయగా సరదాగా దీక్షిత్ గ్రహబలాన్ని గుణించి ఏ సమయంలో ఎన్నికలు జరిగితే అతను గెలుపొందే అవకాశముందో చెప్పడం, ఎన్నికలు అలానే జరిగి దీక్షిత్ గెలుపొందడమూ జరిగాయి. దీన్నిబట్టి బాబా జ్యోతిషాన్ని పరోక్షంగానైనా ప్రోత్సహించినట్లే కదా? అని కొందరు భక్తులు తలచడం సహజమే! కొందరు రచయితలు యీ వివరాన్ని ఆధారం చేసుకొని అలానే వ్యాఖ్యానించారు కూడా! కానీ, తాను గెలుపొందింది కేవలం "బాబా అనుగ్రహం" వల్లనేనని శ్రీదీక్షిత్ స్వయంగా తమ డైరీలో వ్రాసుకున్నారు. అంతేకాదు! శ్రీబుట్టీకి ఆ పుస్తకాన్ని ఇవ్వడం అనే బాబా చర్యవల్ల, అటు శ్రీబుట్టీగానీ, ఇటు శ్రీదీక్షిత్ గానీ జ్యోతిషం పట్ల జోస్యాలపట్ల ఆకర్షితులు కాలేదు. కాయను బట్టి చెట్టును నిర్ణయించమని ("Judge the tree by the fruit!") కదా ఆర్యోక్తి!

గొలుసు ఉత్తరాల గోల!

మన పేరుతో పోస్టులో ఉత్తరం రాగానే ఆతృతగా "ఎక్కడనుంచబ్బా!" అనుకొంటూ అందుకొంటాము. ఇంతా చూస్తే అది 'గొలుసు ఉత్తరం'! ఉఫ్.ఫ్.. నిత్యజీవితంలో ఎటూ ఉండే సమస్యలకు తోడు ఈ గొలుసు ఉత్తరాల (లింక్ లెటర్స్) బెడద బెదిరింపు ఎక్కువౌతున్నదీ మధ్య. సాయిబాబా, వేంకటేశ్వరస్వామి, సంతోషిమాత తదితర దైవాల పేర్లు యే 11మందికో 21మందికో తిరిగి ఉత్తరాలు వ్రాయమనీ, అలా వ్రాసిన 'ఫలానా' వారికి ఏవో సిరిసంపదలొచ్చాయనీ ఆశబెడుతూ, నిర్లక్ష్యం చేసి అలా వ్రాయని వారెందరో పెద్ద ఆపదలలో చిక్కుకొన్నారని బెదిరిస్తూ, . . . సాగే సంతకం లేని (ఆకాశరామన్న) ఉత్తరాలే - ఈ 'గొలుసు ఉత్తరాలు'. ఇటీవల కాలంలో ఈ గొలుసు ఉత్తరాల 'పిచ్చి' మరీ ముదిరినట్లు కనిపిస్తున్నది. ఇలాంటి ఉత్తరాలు వస్తే తామేమి చెయ్యాలని అడుగుతూ మాకు కూడా కుప్పలుతెప్పలుగా ఉత్తరాలు వస్తున్నాయి. వీటిని గురించి ఇంతకు మునుపు సాయిపథం (ఏప్రిల్ 1989) లో వివరించడం జరిగింది. అయినా, ఈ బాపతు (గొలుసు) ఉత్తరాల గురించి సాయిపథం మాట మరొక్కమారు!

డబ్బు వస్తుందని ఆశ చూపో, ఆపదలొస్తాయని భయపెట్టో తమ పేరు ఉత్తరాలద్వారా ప్రచారం చేసుకొనే దుర్గతి, ఖర్మ శ్రీసాయిబాబా వంటి దైవస్వరూపులకు లేదు. శ్రీసాయిస్వరూపం – శ్రీఉపాసనీబాబా స్తుతించినట్లు –'*అహంభావహీనం ప్రసన్నాత్మ భావం*'. అందరినీ అనుగ్రహించడమే తమ

అవతారకార్యమని ("My mission is to give blessings!") శ్రీసాయియే చెప్పారు కూడా! అంతేకాదు. తమకెప్పటికీ ఎవరి మీదా కోపంరాదని కూడా బాబా చెప్పారు. బాబా అనుగ్రహం ఎప్పుడూ అందరి మీదా కుండబోతగా వర్షిస్తూనే ఉన్నది. మన అజ్ఞానమనే గొడుగు ఆ అమృతధారలు మనమీద పడకుండా అడ్డుకొంటున్నది. అనన్యప్రేమతో శ్రీసాయిని శరణు పొందితే ఆ 'అడ్డు' తొలగిపోతుంది. అంతేకానీ, భయంచేత ఆశచేత కార్డు ముక్కల్లో బాబా పేరు వ్రాసి పదిమందికి పంపడం వల్ల శ్రీసాయి కృపను పొందుదామని అనుకోవడం కేవలం భ్రమ. అలా తమ పేర్లు ప్రచారం చెయ్యకపోతే, – క్షుద్ర పిశాచగణాల్లా – ఆగ్రహించి ఆపదలు కలిగిస్తారని భావించడం శ్రీసాయివంటి దైవస్వరూపులను అవమానించినట్లే! ఆధ్యాత్మికతత్త్వం, సాధన మొదలయిన విషయాలలో ప్రాథమిక సూత్రాలపట్ల కూడా అవగాహన లేని మూర్ఖశిఖామణులే ఈ గొలుసు ఉత్తరాల వంటి అవివేకపు చర్యలను ప్రోత్సహిస్తుంటారు. "వారు వ్రాయమన్నదీ మనం వ్రాసేదీ కూడా శ్రీసాయినామమే కదా? వ్రాసి పంపితే మనకు పోయేదేమున్నది?" అని ఎవరైనా భావిస్తే, అది పైన చెప్పిన కారణంగా కేవలం ఆత్మవంచనే అవుతుంది. అంతే కాదు! వివేకాన్ని ఆత్మగౌరవాన్ని పోగొట్టుకొని, సంతకం కూడా పెట్టలేని భీరువుల్లా 'ఆకాశరామన్న' ఉత్తరాలు వ్రాసే దుస్థితికి మనలను దిగజారుస్తున్న ఈ బాపతు మూర్ఖత్వాన్ని ఏ కారణంగా ప్రోత్సహించినా అది శ్రీసాయిభక్తి సంప్రదాయానికి 'అపచారమే' అవుతుంది. సరి! అయితే మరిలాంటి ఉత్తరాలు వచ్చినప్పుడు ఏమి చెయ్యాలి? - అని మమ్మల్ని అడిగిన వారికి మేము చెప్పే సమాధానం ఒక్కటే! . . . వెంటనే చింపి చెత్తబుట్టలో పారవేయండి!

❋

అసలైన సాయిబాబా!
అందరకూ రాచబాట!

మౌలికమైన ఆధ్యాత్మికసూత్రాలు ఎన్నడూ మారవు! కానీ, శాశ్వతము సనాతనము అయిన ఆ ఆధ్యాత్మికసూత్రాల ఆచరణకు 'సుళువులుగ' ఆయా దేశకాలపరిస్థితులకు అనుగుణంగా మహాత్ములు యేర్పరచిన ఆచారవ్యవహారాలు మాత్రం కాలక్రమంలో మార్పుచెందక తప్పవు! మన దేహంలో సత్త్వం కోల్పోయిన నిర్జీవకణాలు ఎప్పటికప్పుడు విసర్జింపబడి, వాటి స్థానే క్రొత్త జీవకణాలు తయారవుతూ వున్నట్లు, సమాజమనే దేహంలో ఎప్పుడో యేర్పడిన బాహ్యాచారవ్యవహారాలు కాలగతిలో అర్థరహితము నిర్జీవము అయినప్పుడు, అవతారపురుషులయిన సద్గురుమూర్తులు ఉద్భవించి సమాజంలోని ఆ నిర్జీవ సాంప్రదాయాలను తొలగించి, నూతన సంప్రదాయాలను పాదుగొల్పి, ఆధ్యాత్మికతకు ప్రాణమైన సనాతన ధర్మసూత్రాన్ని కాపాడుతుంటారు. ఇది సృష్టిధర్మం; జీవధర్మం. *"సంభవామి యుగేయుగే"* అని శ్రీకృష్ణుడు చెప్పింది యీ సృష్టి 'ధర్మ' సూత్రం గూర్చే! కానీ ఆ సద్గురుమూర్తులు సమాజంలో ఆ 'మార్పులను' సాధించడానికి ఉద్యమించినప్పుడు, వారి ప్రయత్నాలు ఆయాకాలాలలో సంప్రదాయవిరుద్ధమైన భ్రష్టాచారాలుగ పరిగణింపబడ్డాయి. అందుకే తాను బోధించేది 'ఉపనిషత్తుల సారమైన సనాతన ధర్మాన్నే'నని గీతాచార్యుడు మళ్ళీ మళ్ళీ నొక్కివక్కాణించవలసి వచ్చింది. అలాగే, "నేను సనాతన ధర్మాన్ని ధ్వంసం చేయడానికి కాదు వచ్చింది; దాన్ని పరిపూర్ణం చేయడానికే!"

("I come not to destroy the law, but to fulfil it") అని ఏసుప్రభువు ప్రకటించి, ఆయన సంస్కరణలను ప్రతిఘటించిన ఆనాటి ఛాందసులను శాంతపరచే ప్రయత్నం చేయవలసి వచ్చింది. ఆ యుగపురుషులు తమతమ 'నూతన' మార్గాలను ఆవిష్కరించినప్పుడు, అప్పటికి జవసత్త్వాలు కోల్పోయి, కేవలం యాంత్రికంగా మిగిలిన 'ఆచారవ్యవహారాలు మతధర్మాలే' సత్యమని మూర్ఖంగా నమ్మిన ఛాందసుల నుండి ప్రతిఘటన తప్పలేదు. అప్పట్లో అలాంటి ఛాందసులే బుద్ధభగవానుని ప్రబోధాలను 'నాస్తిక పాషాండమతం'గా దూషించి ప్రచారం చేసారు. ఆ వెర్రి ఎంతవరకు వెళ్ళిందంటే, బుద్ధుణ్ణి ఒక దొంగగా శ్రీరాముని చేత దూషింపచేసేంత వరకు వెళ్ళింది! వాల్మీకిరామాయణం (అయోధ్యకాండ 110-34)లో శ్రీరాముడు ఇలా అంటాడు: *"యథా హి చోరస్స తథాహి బుద్ధః తథాగతం నాస్తిక మత్ర విద్ధి! ...."* అని. అంటే, 'బుద్ధుడు ఒక చోరుడు; ఆ తథాగతుని మతం నాస్తికము, గర్హ్యము' — అని రాముడంటున్నాడు! కొంచెం ఆలోచిస్తే, ఎవడో బుద్ధిహీనుడయిన ఛాందస వైదికమతోన్మాది, శ్రీరాముడి తర్వాత ఎంతో కాలానికి బుద్ధుడు జన్మించాడనే విషయం కూడా యోచించక, బౌద్ధమతంపై ద్వేషంతో యీ శ్లోకం కల్పించి, 'వాల్మీకి రామాయణం'లో చొప్పించినాడని ఇట్టే స్పష్టమవుతుంది. కానీ, అది ప్రతిఘటనలో ఒక దశ మాత్రమే. బుద్ధుని ప్రబోధాల ప్రచండ ప్రభంజనాన్ని దూషణతో ఎదుర్కొనలేమని గుర్తించిన బుద్ధిమంతులు ఆ తరువాతి కాలంలో బుద్ధుణ్ణి విష్ణువు యొక్క తొమ్మిదవ అవతారంగా అవతారాల జాబితాలో చేర్చి, . . . సరి! అదొక పెద్ద కథ! ఇక ఆ విషయం వదలి బాబా విషయానికొద్దాం!

"ఆమ్‌చే ఘరాణె నిరాళే ఆహే!" 'మా సంప్రదాయమే వేరు!' అన్నారు శ్రీసాయిబాబా! వేరంటే, దేన్నుండి వేరు? ఈనాడు ఆధ్యాత్మికత పేరున, సనాతన సాంప్రదాయం పేరున చలామణి అవుతున్న మూఢనమ్మకాలు, దురాచారాలు, వ్యర్థఆచారకాండ మొదలైనవాటి నుండి వేరు! అలాంటి

విశిష్టమైన ఒక నూతన సంప్రదాయాన్ని ఈ యుగధర్మంగా శ్రీసాయిబాబా ప్రబోధించారు. అందుకనే శ్రీసాయిబాబా భౌతికరూపంతో సంచరించిన కాలంలో ఆయనకు ఇటు హిందూ, అటు ముస్లిం మతాలకు చెందిన ఛాందసుల నుండి ప్రతిఘటన ప్రాతికూల్యం తప్పలేదు. ప్రచండమైన సాయి మహిమ యొక్క ప్రాబల్యాన్ని తట్టుకోలేక ఆ ప్రతిఘటన బాబా కూడా పరమ వైదిక సంప్రదాయ ప్రవర్తకుడనే ప్రచారంగా రూపుమార్చుకొన్నది. బాబా యేనాడూ మంత్రోపదేశాలు చేయలేదు. సరికదా, ఇతరుల వద్దకు మంత్రోపదేశాలకై పరుగులిడటాన్ని కూడా ఆయన అంగీకరించలేదు. అలాంటిది, ఈనాడు శ్రీసాయి పేరున 'మంత్రోపదేశాలు' చేస్తున్న గురుస్వాములు మన మధ్యనున్నారు. మడి మైల అంటరానితనం కులతత్వం ఉపవాసాలు మొదలైన ఆచారకాండను బాబా నిర్ద్వంద్వంగా నిరసిస్తే, ఆ దురాచారాలన్నీ యీనాడు సాయిసంప్రదాయంలో సాయిమందిరాల్లో చొప్పించబడటం మనం చూస్తున్నాం. *'నేనెప్పుడూ చమత్కారాలు చెయ్యను'* అన్న శ్రీసాయినే తమ 'కులదైవం'గా చెప్పుకుంటూ, తమ వృత్తులను నిరాటంకంగా చేసుకుంటున్న జోస్యాలరాయుళ్ళు, 'ప్రశ్నల' పరమహంసలు చెట్టుకొకరు పుట్టకొకరుగా పుట్టుకొస్తూనే వున్నారు. 'సద్గురువుకు అనన్యంగా శరణాగతి' చెందమని బాబా చెప్పిన ఉపాసన, అందరి దేవతలు ఒకటేనన్న విశాలదృక్పథం 'పేరున', శివరామకృష్ణ గణేశదత్తమారుత్యాది రూపాలతోపాటు బాబాను కూడా చేర్చి అందరినీ మూకుమ్మడిగా పూజించే పద్ధతికి మారింది. మనస్సు వివిధ రూపాలు ధరించటం మాని, ఒకే రూపం ధరించడం ద్వారా చైతన్యఘనత లేక బ్రహ్మాతథాకారవృత్తి సిద్ధిస్తుందని బాబా చెప్పిన ఉపాసనా రహస్యం మరవడం వల్ల ఎందరో సాయిభక్తుల పూజామందిరాలు వివిధ దేవతామూర్తుల చిత్రపటాల ప్రదర్శనశాలలుగా మారుతున్నాయి. సాయిభక్తులందరు వివేకంతో ఈ పరిణామాలను గమనించి ఆత్మవిమర్శన చేసుకుంటూ, నిజమైన సాయిసంప్రదాయమేమిటో విచారించి తెలుసుకొని

ముందుకు సాగాలి! అలా ముందుకు సాగనీయకుండా అడ్డుపడే బూజుపట్టిన ఆచారవ్యవహారాలపట్ల మనకుండే మూర్ఖమైన మూఢవిశ్వాసమే మనలోని మహిషతత్త్వం. ఆ మూఢాచారాలను సమాజంలో ప్రచారం చేసేవారే ఆ మహిషతత్త్వం మూర్తీభవించిన మహిషాసురులు. మన ఆధ్యాత్మిక పురోగమనానికి నిరోధమయిన ఈ మహిషతత్త్వాన్ని ఒకరూపంలో జయిస్తే అది మరో రూపంలో తలెత్తుతూనే ఉంటుంది - మహిషాసురుని ప్రతి రక్తపు బొట్టులో నుండి మరో మహిషాసురుడు పుట్టి విజృంభించినట్లుగ! మనలోని త్రికరణాలను ఏకం చేసి, ఒక మహిషాసుర మర్దన శక్తిగా రూపొందింప జేసుకొని,సాయిభక్తి,వివేకము, నిష్ఠ–సబూరీలనే ఆయుధాలతో పోరినపుడే ఆ మహిషాసుర మర్దనం జరుగుతుంది. అది జరిగిననాడే మనకు నిజమయిన విజయదశమి!*   ✲

---

*ఈ వ్యాసం శ్రీసాయిబాబా మహాసమాధి దినమైన విజయదశమి సందర్భంగా సాయిపథం (1988) లో ప్రచురింపబడిన శ్రీబాబూజీ సందేశం. - పబ్లిషర్స్

కులాల కుళ్ళు - మతాల మళ్ళు!
మానవతకే ముళ్ళు! ముక్తికి సంకెళ్ళు!

మానవునిలోని పశు సంస్కారాలను సంస్కరించి, మానవత్వాన్ని మేల్కొలిపి, క్రమంగా దైవస్వరూపునిగా రూపొందించడమే మతం యొక్క ముఖ్య ప్రయోజనం. వివిధ దేశకాలాలలో ప్రభవించిన సద్గురుమూర్తులు ప్రవక్తలు పై ప్రయోజనాన్ని సాధించడానికి ఆయా దేశకాలాలలోని సామాజిక రాజకీయ సాంస్కృతిక పరిస్థితులకనుగుణమైన ధర్మాలను, విధివిధానాలను, ఆచారవ్యవహారాలను ఏర్పరచారు. కానీ, కాలక్రమంలో మతానికి - మతానికి, మనిషికి - మనిషికి మధ్య 'అడ్డుగోడలు' కల్పించి, మత విద్వేషాగ్నిని రగుల్కొల్పి, మానవత్వపు మనుగడకే జీవకఱ్ఱయైన మతాన్ని ఆ మతవిద్వేషాగ్నిలో సమిధలుగా చేసింది - మానవునిలోని అజ్ఞానం స్వార్థం. పర్యవసానం? . . . ఈనాడు మనం చూస్తున్న మతకల్లోలాలు, కరుడుకట్టిన మతమౌఢ్యం, పాశవిక హింసావాదం, వీటన్నింటి వెనుక మంటగలుస్తున్న కనీసపు మానవతా విలువలు! మానవునిలో సమతను మమతను పెంపొందించి, మనిషిని దివ్యునిగా రూపొందించగల మార్గమయిన మతమే, తద్విరుద్ధమైన పాశవిక పైశాచిక ప్రయోజనాలకు సాధనం కావడమే నిజమైన ధర్మగ్లాని! అంటే, ధర్మానికి పట్టిన జబ్బు! సమాజంలో ఈ 'ధర్మగ్లాని' ముదిరి శృతిమించి రాగాన (- రోగాన) పడే సమయంలో మానవాళికి సన్మార్గాన్ని చూపటానికి అవతార పురుషులుదయిస్తారు. పైన ప్రస్తావించిన ధర్మగ్లానిని

మాన్పి 'లక్షలాదిమందిని' శుభ్రమార్గంలో నడిపించడానికి ఈ యుగంలో అవతరించిన యుగపురుషుడు శ్రీసాయిబాబా.

శ్రీరామకృష్ణపరమహంస,శ్రీరమణమహర్షి మొదలైనమహాత్ములు సర్వమతాల సారం ఒక్కటేనని, అన్ని భేదాలకతీతమైన ఆధ్యాత్మికానుభూతే పరమసత్యమని బోధించినా వారు 'జన్మతః' ఒక మతానికి చెందినవారని తెలియటం చేత, ఇతర మతస్థులకు వారి హితవు అంతగా చెవికెక్కకపోవడం చూస్తాం. ఆ మహాత్ములు ఏ మతానికి చెందారో, ఆ మతానుయాయులు కూడా, వారి దివ్యసందేశాన్ని ఆచరించడానికి బదులు, అంతటివారు 'మా మతానికి' చెందినవారని చాటుకొని 'గర్వించడానికి' మాత్రమే ఉపయోగించుకోవడం కూడా చూస్తున్నాం.

అందుకే, శ్రీసాయి తమ జన్మవివరాలను ఒక 'దేవరహస్యంగా' ఉంచారు. బాబా హిందువులకు హిందువు, ముస్లిములకు ముస్లిం! సర్వమతాలలోని శ్రేష్ఠలక్షణాలు ఆయనలో మూర్తీభవించి గోచరిస్తాయి. ఈ సామరస్యం ఎంత అద్భుతంగా ఆయనలో ఇమిడిందంటే, వివిధ మతాల ఛాందసవాదులు కూడా ఏ మాత్రం సంకోచం లేకుండా ఆయనను 'తనవాడిగా' అనుకొనేంత కనిపిస్తుంది. ఇది మావవాళి ఆధ్యాత్మికచరిత్రలోనే అపూర్వం. మతవిద్వేషాగ్నిలో సమిధలవుతున్న మనలోని అరిషడ్వర్గాలను స్వార్థపరత్వాన్ని తమ జ్ఞానాగ్ని అనే 'ధుని' లో భస్మంచేసి, దానికి ఫలమైన మహిమాన్వితమైన 'ఊదీ'ని మనకు ప్రసాదిస్తున్నారు శ్రీసాయి. శ్రీసాయిలోని యీ అద్భుత తత్త్వాన్నే ***"జయదేవ జయదేవ దత్తావధూతా"*** అనే ఆరతి గీతం ఒకవైపు శ్రీసాయిని దత్తస్వరూపంగా దర్శిస్తూనే, మరోవైపు ***"మోమిన వంశీ జన్మని లోకా తారియలే . . ."*** అని కీర్తిస్తున్నది.

శ్రీసాయిబాబా అవతారకార్యంలో ప్రధాన అంశమైన యీ సర్వమతసమరసభావాన్ని త్రికరణశుద్ధిగా ఆచరించనిదే ఎప్పటికీ మనం

సాయిభక్తులమవలేము. సాయి తమ మతం కబీరు మతమని, కులం దైవకులమనీ (పర్వర్దిగర్) చెప్పారు. అలాగే శ్రీసాయిభక్తులందరూ తమ మతం (సర్వమతసారమైన) సాయిమతమనీ, కులం సాయికులమనీ సగర్వంగా నిర్ద్వంద్వంగా చెప్పుకొనగలగాలి. సాయిమందిరాలను కులమత భేదాలకతీతంగా నిర్వహించగలగాలి. అప్పుడే శ్రీసాయి తమ భౌతిక జీవితపర్యంతం ఆచరించి ఆవిష్కరించిన ఉన్నత ఆదర్శాన్ని కొంతవరకైనా అనుసరించగలిగి, శ్రీసాయి కృపకు పాత్రులు కాగలం! ❋

"నన్నాశ్రయించినవారికి నా సమాధి సమాధానమిస్తుంది!
వారి వెంటనే తిరుగుతుంది.
నా సమాధి నుండి కూడా నేను నా కర్తవ్యాన్ని నిర్వర్తిస్తాను!
నా మట్టి మాట్లాడుతుంది. నా నామం పలుకుతుంది.
నా సమాధి అనంతరం కూడా ఎక్కడ ఎప్పుడు నన్ను
తలచినా తక్షణమే మీ చెంతనుంటాను!"

-శ్రీసాయిబాబా

దేవుడే పుట్టితే సాయిరూపం!
మనిషి దైవంగ పెరగటం బాబామతం!

యోగభోగంబుల సంయోజనం
చింతలను బాపుటే బాబావరం।
ఆనందదాయకం సాయిపథం
మనను గమ్యంబు జేర్చేటి బాబారథం॥

అంతటా నిండిన సాయిపాదం
చూచి చూపెట్టుటే బాబాపథం
అడుగడుగునా అదియే అభయప్రదం
సాయిభక్తులకు బ్రతుకంత శోభప్రదం॥

~ **శ్రీబాబూజీ**

సాయిభక్తి సంప్రదాయంలో శిరిడీ ఆరతులు

శిరిడీ సందర్శించి అక్కడ శ్రీసాయిబాబా సమాధిమందిరంలో నిత్యంజరిగేనాలుగుఆరతులలో పాల్గొన్నసాయిభక్తులకు,ఆతరువాతఎక్కడ ఆ ఆరతులు వింటున్నా పాడుతున్నా మానసికంగా శిరిడీలో ఉన్న అనుభూతి కలగడం సామాన్య అనుభవం. శిరిడీయాత్ర చేయని సాయిభక్తులకు కూడా ఆ ఆరతుల బాణీలు వింటుంటే వారి హృదయాలలో అవి ఒక చిత్రమైన అనుభూతిని కలిగిస్తాయి. అద్భుతమయిన శ్రీసాయిమహాత్మ్య ప్రాభవంవల్ల బాబా మహాసమాధి చెందిన అచిరకాలంలోనే దేశంలో అసంఖ్యాకంగా సాయి మందిరాలు వెలిసాయి. వాటిలోని చాలా సాయిమందిరాలలో భక్తులు శిరిడీలో మాదిరి నిత్యం నాలుగు ఆరతులు జరుపుకుంటున్నారు. ఎందరో సాయిభక్తులకు శిరిడీ ఆరతులు 'వేదమంత్రాలవంటివి'. 'శిరిడీ ఆరతులు జరుగని సాయిమందిరాలు అసలు సాయిమందిరాలే కావ'ని మరికొందరి విశ్వాసం. ఏది ఏమైనా శిరిడీ ఆరతులు ఈనాడు సాయిభక్తి సంప్రదాయంలో ఒక భాగమైనాయి. సాయిసంప్రదాయంలో ఇంత ప్రాముఖ్యాన్ని సంతరించుకొన్న యీ శిరిడీ ఆరతులు శిరిడీలో ఎలా ప్రారంభమయినాయి? వాటి రచయితలెవరు? ఆ ఆరతుల స్థూలస్వరూపమేమి? అవి వెదజల్లే భావసౌరభాల స్వరూపస్వభావాలేమి? మొదలయిన విషయాలు తెలుసుకోవాలనుకోవడం సాయిభక్తులకు సహజం!

మహారాష్ట్రదేశంలో దైవానికి ఆరతులు చేయడం – దక్షిణాదిన నిత్యదీపారాధన చెయ్యడంలాగా – చాలా సామాన్యమైన ఆరాధన విధి. దైవమందిరాలలోనూ, మహాత్ముల సన్నిధిలోనే గాక, ఇండ్లలో కూడా కుటుంబసభ్యులందరూ కలసి ఆరతులు చేసే పద్ధతి ఈనాటికీ మనం అక్కడ చూడవచ్చు. శ్రీజ్ఞానేశ్వర్ మహరాజ్, సంత్ నామ్‌దేవ్, శ్రీతుకారాం మహరాజ్ మొదలయిన పాండురంగభక్తులు ఆవిష్కరించిన యీ (వార్కరీ) సంప్రదాయం మహారాష్ట్రలో విశేషప్రాచుర్యం పొంది, క్రమేణా సామాన్య ప్రజానీకం యొక్క ఆధ్యాత్మికజీవనస్రవంతిలో ఒక అంతర్భాగమైంది.

ఈనాడు మనం పాడుకొంటున్న శిరిడీ ఆరతులను స్థూలంగా విశ్లేషిస్తే, నాలుగు ఆరతులలోనూ కలిపి ముప్పై ఆరతి గీతాలున్నాయి. వాటిలో 14 తుకారాం మహరాజ్ తదితర సంత్ కవులు రచించిన ఆరతి గీతాలు, అభంగాలు. వాటిలో 5 పాటలు శ్రీతుకారాం మహరాజ్, 2 పాటలు శ్రీనామదేవ్ మహరాజ్, 2 పాటలు సంత్ జానాబాయి రచించినవి. మిగిలిన ఐదింటిలో ఒకటి శ్రీరామజనార్దనస్వామి రచించిన జ్ఞానేశ్వర్ మహరాజ్ ఆరతికాగా, మరొకటి శ్రీరామేశ్వర్ భట్ రచించిన తుకారాం మహరాజ్ ఆరతి; ఇవిగాక ఒక వేదసూక్తము (మంత్రపుష్పము), రెండు సంప్రదాయక ప్రార్థనలు ఉన్నాయి. ప్రత్యేకంగా బాబాపై రచింపబడ్డ 16 ఆరతిగీతాలలో 9 పాటలు శ్రీకృష్ణజోగీశ్వర భీష్మ, 3 పాటలు శ్రీదాసగణు మహరాజ్ రచించగా, శ్రీఉపాసనీమహరాజ్, శ్రీమాధవఅడ్కర్, శ్రీమోహినీరాజ్, శ్రీబి.వి.దేవులు ఒక్కొక్కటి రచించారు. మొత్తం 30 ఆరతిగీతాలలో 25 మరాఠీభాషలోను, 3 స్తోత్రాలు సంస్కృతంలోను, 2 పాటలు హిందీలోను వున్నాయి. ఈ విధంగా యీనాడు మనం పాడుకొంటున్న శిరిడీ ఆరతులు వేరువేరు కవులు, వేరువేరు కాలాలలో – సందర్భాలలో, వివిధ భాషలలో రచించిన మధుర భక్తిరసగుళికలు!

శిరిడీ ఆరతుల్లోని భావసౌందర్యం

సంక్షిప్తంగా ఇదీ, 'శిరిడీ ఆరతుల' స్థూలరూపం. ఇక ఆ 'ఆరతుల' ప్రాశస్త్యాన్ని, వాటిలో ప్రకటమౌతున్న అద్భుత భావసౌందర్యాన్ని, అర్థ గాంభీర్యాన్ని, అవి వెదజల్లుతున్న భక్తిరస భావసౌరభాలను ఆస్వాదించడానికి యత్నిద్దాం!

దేవాలయాలలో సంప్రదాయక అర్చన విధిననుసరించి జరుపబడే వివిధసేవలలో భాగంగా శిరిడీలోనూ యీ ఆరతులు చెయ్యడం జరుగుతున్నది. శిరిడీలో ప్రతినిత్యం భక్తులు పాడే ఆరతి పాటలను స్థూలంగా నాలుగు భాగాలుగా విభజించవచ్చు. కాకడ (ఉదయ) ఆరతి; మధ్యాహ్నఆరతి; సాయంత్ర ఆరతి; శేజ (రాత్రి) ఆరతి.

కాకడ (ఉదయ) ఆరతి

అర్చన విధిలో భగవంతునికి భక్తులు భక్తిపూర్వకంగా చేసే నిత్యసేవలు సుప్రభాత సేవతో ప్రారంభమౌతాయి. సుప్రభాతం చేయడమంటే దైవాన్ని నిద్ర లేపటమన్నమాట! నవవిధ భక్తులలోని దాస్యభక్తి భావాని కనుగుణంగా ఇది ఏర్పడింది. ఈ సుప్రభాత సేవే, శిరిడీ ఆరతుల్లోని 'కాకడ ఆరతి'. కాకడ ఆరతి, స్థూలంగా – శ్రీసాయినాథుణ్ణి నిద్ర మేల్కొల్పడం! కానీ, నిద్ర, స్వప్నము, మెలకువ, ఈ మూడింటికి ఆధారమైన తురీయావస్థకు కూడా అతీతుడై, సదా సర్వజీవ హృదయాలలో 'ఎఱుక' రూపంలో ప్రకాశిస్తున్న ఆ యోగనాథునికి నిద్రపోవడమన్నది అసలున్నదా? (బాబా మాటల్లోనే చెప్పాలంటే) *"కళ్ళు తెరచుకొని మెలకువగా నిద్రపోగలిగిన"* శ్రీసాయిని మనము నిద్రలేపడమేమిటి? నిజానికి, చాలామంది భావిస్తున్నట్లు, కాకడ ఆరతి బాబాకు మేలుకొలుపు సేవ కాదు! అందుకనే కాకడ ఆరతి గీతాల్లో బాబాను నిద్రలేపడమనే భావం కన్నా "భక్తులను ఆపదల నుండి కాపాడడానికి సదా జాగరూకుడై సావధానుడుగ కూర్చుని ఉన్న"

(*"అహో సుసమయాసి యా గురు ఉఠోనియా బైసలే ..."*) శ్రీసాయిని దర్శించి స్తుతించడమనే భావమే ప్రధానంగా వ్యక్తమవుతుంది. ఆ సుప్రభాత గీతం బాబాను నిద్రమేల్కొనమని ప్రార్థించదు! "ఓ సద్గురూ! ధ్యాన సమాధినుండి లేచి మమ్ములనుద్ధరించేందుకు మసీదుకు రండి!" (*"సమాధి ఉతరోనియా గురుచలా మసీదీ కడే ..."*) అనే ప్రార్థిస్తున్నది. అంతేకాదు! 'కాకడఆరతి' నిజానికి మేల్కొల్పుపాడుతున్నది బాబాకు కాదు! "ఓ సాధు సజ్జనులారా లేవండి! లేచి మీ హితము చేకూర్చుకొనండి!" (*"ఉఠా సాధుసంత సాధా - ఆపులాలేహిత"*) అని భక్తులనే నిద్రలేపుతున్నది. ఏ నిద్రనుండి? మామూలుగ రోజూ మనం పొయ్యే నిద్ర నుండి కాదు! అరిషడ్వర్గాలతో కప్పబడి, ఎఱుక నుండి మరపులోనికి జారిన నిద్ర నుండి! ఆ నిద్ర నుండి మనస్సులను జాగరూకం చేస్తున్నది. ఎలా? "కామక్రోధాది ప్రవృత్తి గల మనస్సును దీపపు ఒత్తిగా చేసి, వైరాగ్యమనే నేతితో తడిపి, సాయిభక్తి అనే అగ్నితో వెలిగించి" బాబాకు ఆరతి చెయ్యడం ద్వారా ఆత్మతథాకారవృత్తియనే వెలుగులో సద్గురువు (మన అంతరంగంలో) ప్రకాశిస్తూ దర్శనమిస్తాడని (*"కామక్రోధ. ...ప్రకాశ పాడిలా!"*) ప్రబోధిస్తున్నది. "మాలోని భక్తిభావమే ఆరతి. పంచప్రాణాలతో వెలిగే జీవభావమే కాకడ జ్యోతి" అనే భావంతో ఆరతి చెయ్యాలని నిక్కచ్చిగా నిర్దేశిస్తున్నది. అంతే కాదు! ఇంతటి ఉన్నతభావాన్ని హృదయంలో జాగరూకతతో నిలుపుకొని, "ఓ సద్గురూ! నా హృదయమందిరంలో నిలిచి ఈ సమస్త జగత్తూ సద్గురు స్వరూపంగా నాకు భాసించేటట్లు చెయ్యి! ఎప్పుడూ జగత్కళ్యాణ కార్యాలు చెయ్యాలనే సద్బుద్ధిని ప్రసాదించు!" (*"గురో వినతి మీ కరీ హృదయమందిరీ యా బసా సమస్త జగహే గురుస్వరూపచీ ఠసో మానసా ఘడో సతత సత్కృతీ మతిహి దే జగత్పావనా. . ."*) అని సాయిని మనసారా ప్రార్థించి, ఆపై మన నిత్యదైనందిన కార్యాలకు ఉపక్రమించాలి. ఈ ప్రార్థనలో ప్రకటమౌతున్న ఉత్కృష్టభావమే సాయిభక్తులకు పవిత్ర గాయత్రీమంత్రం.

"ఓ సద్గురు సాయిబాబా! ఈ ప్రపంచంలో నీవు తప్ప నాకు ఆశ్రయమిచ్చి రక్షించేవారు లేరు" (*"శ్రీసద్గురు బాబా సాయి తుజ వాచుని ఆశ్రయనాహీ భూతలీ..."*) అనే ఆరతి గీతం అనన్య శరణాగతికి సోపానమయితే, "నేను నీ మసీదును ఊడ్చే చీపురున"ని (*"అపనే మసీద్ కా ఝూడూ గణూహై"*) శ్రీదాసగణు పలికిన పలుకుల్లోని భావం దాస్యభక్తి భావానికి పరాకాష్ఠ. *"జయా మనీ జైసా భావ। తయా తైసా అనుభవ"* అనే ఆరతిపాట 'ఎవరి భావం ఎట్లా ఉంటే వారు పొందే ఫలితం కూడా అట్లాగే ఉంటుంది' అంటూ, పైన చెప్పిన భావాన్ని హృదయంలో నిలుపుకోకుండా, కేవలం ఐదు ఒత్తుల దీపాన్ని యాంత్రికంగ త్రిప్పుతూ వల్లెవేతగా ఆరతిపాటలు పాడటం వ్యర్థమని కూడా హెచ్చరిస్తున్నది!

మధ్యాహ్న-సాయంత్ర ఆరతులు

"స్థిరమైన మనస్సుతో, గంభీరమైన శ్రీసాయితత్త్వంపై ధ్యానం చేద్దాం!" (*"కరూనియా స్థిర మన- పాహు గంభీర హే ధ్యాన. . ."*) అంటూ సాయిబంధువులను "లెండి, రండి, రారండి!" (*"ఉఠా ఉఠాహో బాన్ ధవ"*) అనే ఆహ్వానంతో ప్రబోధిస్తూ ప్రారంభమవుతున్నది యీ ఆరతి.

అలా సాయిపాదాల వద్ద చేరిన "జడచిత్తులైన" భక్తులను 'సదా సాయి పాదధూళిలో విశ్రమించేటట్లు అనుగ్రహించమని, కామ వికారాలను దహింపచేయమని, వారి సర్వస్వం సాయి పదసేవకే సద్వినియోగ మయ్యేటట్లుచేసి సన్మార్గంలో నడిపించమ'ని, 'దేవాధిదేవుడు', 'కలియుగ అవతారమూర్తి', 'సగుణబ్రహ్మరూపుడు' అయిన సాయినాథునికి చేసే ప్రార్థన – రెండవ ఆరతి గీతం. ఈ ఆరతి గీతం బాబాను సర్వజీవ సౌఖ్యప్రదాతగా దర్శిస్తున్నది. అయితే బాబా అనుగ్రహించే సుఖం ఎటువంటిది? సామాన్య సుఖం కాదది! అది తరుగులేని ఆనందస్వరూపమైన — అసలైన 'సుఖము' (*"నిజసూఖ"*). పై గీతం సర్వజీవులకు ఆత్మసౌఖ్యాన్ని ప్రసాదించే శ్రీసాయి

యొక్క 'సమర్థ సద్గురు' తత్త్వాన్ని వర్ణిస్తే, ఆ తరువాత గీతం సామాజికంగా బాబా నిర్వహిస్తున్న 'కలియుగ అవతార' కార్యాన్ని వివరిస్తున్నది. తమ ఆదర్శ జీవిత విధానంద్వారా, అసంఖ్యాకమైన అద్భుత లీలలద్వారా, నాస్తికులను కూడా సాధకులుగా మార్చగలగడమేగాక (*'అవతరసీ తూ యేతా ధర్మాన్‌తే గ్లాని, నాస్తికానాహీ తూ లావిసి నిజభజనీ, దావిసి నానాలీలా అసంఖ్య రూపాని. . .'*), శ్రీసాయి ప్రధాన అవతార రహస్యాన్ని యీ గీతం ఇలా వర్ణిస్తున్నది: *"బాబా! నీవు మోమిన్ వంశంలో జన్మించి ముసల్మాను రూపంలో దర్శనమిచ్చి మూఢులను ఉద్ధరిస్తున్నావు. ద్వైతభావము వీడిన నీకు హిందూ-ముస్లిం భేదము లేదు. మానవ రూపంలో అవతరించి, రెండు మతాల వారిని సమానంగా ఆదరించి వారిచే (మతభేదాల కతీతమైన) సర్వవ్యాప్తమయిన ఆత్మతత్త్వాన్ని దర్శింపచేస్తున్నావు!"*

అంతేకాదు! *'యవనస్వరూపీఏక్యా దర్శన త్వాధిదలే . . . .' 'మోమిన వంశీ జన్మని లోకా తారియలే . . .'* అంటూ సంకుచిత మతమౌఢ్యంతో, సంకుల కులతత్త్వంతో కుళ్ళిపోతున్న సమాజానికి శ్రీసాయి ప్రసాదించిన ప్రబోధం ఈ కలియుగంలో మానవాళికందిన 'మహితగీత'. ఈ ఆరతి గీతంలో ఇంకో విశేషమున్నది. హైందవ విధిలో శ్రీసాయి మహిమకు హారతి పాడుతున్న ఈ గీతం బాబాను "మోమినవంశజుడుగ" "యవన(ముస్లిం)స్వరూపి"గా నిష్కపటంగా కీర్తిస్తున్నది! ఇది శ్రీసాయి యొక్క మతాతీత మహావృక్షానికి కాచిన ఒక మధురఫలం!

అన్యచింతనలు లేకుండా మనస్సు ఒకే రూపం ధరించడం ఆధ్యాత్మికసాధనలో (సగుణోపాసనలో) ప్రాథమిక నియమం. సాధన విషయానికొస్తే, సాధకుని ఇష్టదైవం (ఉపాసనాదైవం) తప్ప ఇతర (అన్య) దేవతామూర్తుల చింతన కూడా ఉపాసనకు విక్షేపమే! సాధకునిలో తన ఉపాసనాదైవం పట్ల ఎంతగా 'అనన్య'ప్రేమ, భక్తి, శరణాగతి కలుగుతుందో,

అంతగా అతడు ఆధ్యాత్మికంగా పురోభివృద్ధి సాధించగలడు. శ్రీసాయిని (ఇష్ట) ఉపాసనాదైవంగా ఎంచుకున్న సాయిభక్తులకు శ్రీసాయియే సకల దేవతాస్వరూపుడు, సకల సాధుస్వరూపుడు, సకల ధర్మస్వరూపుడు. వారికి శ్రీసాయియే పరదైవతము. ఈ దృష్ట్యా, ఉపాసనా తత్పరులైన సాయిభక్తులకు – అన్యదేవతారాధన నిషిద్ధమే! (అయితే- ముక్కోటి దేవతలకు మూడు కోట్ల దణ్ణాలు పెడుతూ, బాబాను కూడా ఆ ముక్కోటి దేవుళ్ళలో ఒకడుగా భావించే (లౌక్య) భక్తులకు ఈ సూత్రం వర్తించదు!) ఈ కారణంగా ఆధ్యాత్మికసాధన, సిద్ధి, గమ్యం మొదలయిన వాటిపట్ల ఆసక్తి, దీక్ష గల సాయిభక్తులకు మాత్రం అది ఎప్పటికైనా అనుల్లంఘనీయం. తమ యోగక్షేమాలు సంపూర్ణంగా వహించి తమను సదా కంటికి రెప్పవలె కాపాడే శ్రీసాయివంటి 'సమర్థుడై'న సద్గురువు లభించాక కూడా సాయిభక్తులు అన్య/అనేక దేవతారాధనలు, వ్రతాలు, అభిషేకాలు, గ్రహశాంతులు, వాస్తుశాంతులు మొదలయిన వాటికి పూనుకోవడం ప్రోత్సహించడం కేవలం అవివేకం. ఇది సాయిభక్తి ఉద్యమానికి పట్టిన 'గ్రహచారం'. శ్రీసాయి చూపిన 'శుభ్రమార్గ' విస్తరణకు అపచారం.

అంతేకాక వివిధ దేవతామూర్తుల ఉపాసన 'సాధన'లో ప్రారంభ దశ మాత్రమేనని, ఆ ఉపాసనలన్నీ శ్రీసాయి వంటి సద్గురుమూర్తిని చూపడానికి కేవలం 'నిమిత్తమాత్రాలని' మహాత్ములు స్పష్టం చేస్తున్నారు. ఆయా దేవతామూర్తులను ఉపాసించే భక్తులకు వారి ఇష్టదేవతామూర్తుల రూపంలో బాబా వారికి దర్శనమివ్వడంలోని పరమార్థం ఇదే!

ఈ ఉపాసనాసూత్రాన్నే రమణీయంగా ఉద్ఘాటిస్తున్నది, "*శిరిడీ మాఝే పంఢరపూర, సాయిబాబా రమావర...*" అని శ్రీదాసగణు మహరాజ్ రచించిన ఆరతిగీతం. ఈ ఆరతిపాట పై సూత్రాన్ని భక్తిభావయుతంగా చెబితే, శ్రీఉపాసనీమహరాజ్ రచించిన "**సదాసత్స్వరూపం . . .**" అని మొదలయ్యే 'శ్రీసాయిమహిమ్న స్తోత్రం' భక్తిజ్ఞానాలనే దీపాల వెలుగులో

శ్రీసాయి మహిమకు ఆరతి పడుతున్నది. శ్రీసాయిమహిమ్నస్తోత్రంలోని *'మనోవాగతీతం మునిర్ధ్యానగమ్యమ్'*, *'అహంభావహీనం ప్రసన్నాత్మ భావం'*, *'మాయయోపహత చిత్తశుద్ధయే'*, *'సంసార జన్మ దురితౌఘ వినిర్గతాస్తే'*, *'కైవల్యధామ పరమం సమవాప్నువంతి'* మొదలయిన శ్రీసాయి శుద్ధజ్ఞాన స్థితిని తెలిపే వాక్యాలు బాబా సద్గురుతత్త్వాన్ని వివరిస్తే, *'జగత్సంభవ స్థాన సంహారహేతుం'*, *'స్వభక్తేచ్ఛయా మానుషం దర్శయంతం'*, *'కలౌ సంభవంతం'*, *'అనేకాశ్రుతా తర్క్యలీలా విలాసైః'* *'భక్తభద్రప్రదంతం'*, *'అఖిల నృణాం సర్వార్థసిద్ధిప్రద'* మొదలయిన సిద్ధి వాక్యాలు బాబాలోని సిద్ధత్వాన్ని ఈశ్వరతత్త్వాన్ని వర్ణిస్తున్నాయి. శ్రీసాయిని 'ఉపాసనా దైవతంగా', భక్తులకు 'భుక్తి ముక్తి ప్రదాతగా' ఈ స్తోత్రం ప్రకటిస్తున్నది. బాబాలోని ఈ జ్ఞానసిద్ధత్వాన్ని అమోఘంగా వర్ణిస్తున్న ఈ స్తోత్రం యొక్క మకుటం *'నమామీశ్వరం సద్గురుం సాయినాథం'* అన్నది సాయితత్త్వాన్ని వివరించే అన్ని స్తోత్రాలకు, ఆరతులకు మకుటాయమానం. అంతేకాదు! శ్రీఉపాసనీ మహరాజ్ ఆధ్యాత్మికసాధన అత్యున్నత స్థితిలో నున్నప్పుడు శ్రీసాయి అనుగ్రహవిశేషంగా తన ధ్యాననిష్ఠలో దర్శించి, సాయిభక్తులకు అందించిన మహామంత్రమిది!

భోజనం చేసేముందు, తరువాత, నిద్రపోయేముందు, లేచిన తరువాత, విభూతి ధరించేటప్పుడు, జంధ్యం వేసుకొనేటప్పుడు, . . . అలా, మనం చేసే అన్ని పనులకు ఏ మంత్రం పఠించాలో, ఏ భావం మనస్సులో ధరించాలో చెప్పే మంత్రాలు తంత్రాలు మనకు కోకొల్లలుగా వున్నాయి. కాని నమస్కారం చేసేటప్పుడు హృదయగతమైన ఏ 'భావసూత్రం' మన రెండు చేతులను నమస్కారంగా కట్టిపడేయాలో చెప్పే స్తోత్రాలు మాత్రం అరుదు. ఆ లోటును ఏ లోటు లేకుండా తీరుస్తున్నది శిరిడీ ఆరతుల్లోని 'నమస్కారాష్టకం'. ఈ 'అష్టకం' బాబాకు నమస్కారం ఏ భావంతో చెయ్యాలో చెప్పడమే కాదు, మనచే అప్రయత్నంగా చేయిస్తుంది కూడా!

అలా మనలోని మనోకరణాలను కట్టిపడేసిన భక్తిభావాన్ని, దేహంలోని అణువణువుకూ వ్యాపింపచేసి, తన ఐదు ద్విపదలను మనలోని ఐదుప్రాణాలతో 'లయింప'చేసి నృత్యం చేయిస్తుంది, *"ఐసా యేయిబా! సాయిదిగంబరా!"* అన్న ప్రార్థనగీతం.

దైనందిన జీవితంలోని వివిధ సంబంధాల రుసరుసలు, బుసబుసలతో విసిగి వేసారిన మన మనస్సులను సాయంత్రమయ్యేసరికి, శ్రీసాయిప్రేమామృతధారలతో స్నానం చేయించి ఎవ్వరి యెడల ద్వేషము, దేనియందు కోరిక హృదయంలో లేకుండా, 'సదా సాయినాథుని ధ్యానము *జరుగుగాక సద్గురు పాదములయందు భక్తి స్థిరముగా ఉండుగాక! జగమంతా శ్రీసాయిరూపంగా గోచరించుగాక!' ("కుణాచిహి ఘృణా . . . దృశ్యబాబా దిశో . . .")* అనే కమ్మని 'సంకల్ప' సంగీతంతో, అనన్య 'శరణాగతి అనే పట్టుపాన్పుపై' సేదతీరేట్లు చేస్తుంది - సాయంసంధ్యారతిలోని *'రుసోమము'*.

శేజ్ ఆరతి

బాబాకు చేసే పవళింపు సేవలో భాగం శేజారతి. బాబా నిద్ర ఎంత అసాధారణమైందో, ఆయన శయ్య (పడక) కూడా అంత అలౌకికమైనదే! 'నవవిధ భక్తులే మెట్లుగా కలిగి, నిశ్చలభక్తి అనే మంచంపైన (భక్తులు అజ్ఞానంలో చేసే అపరాధాలను దయతో క్షమించే) క్షమాగుణమనే చక్కని పరుపుపై' బాబా శయనిస్తారు. ఆ శయ్య 'సద్భావాలనే పువ్వులతో అలంకరించబడి ఉంది. బాబా యొక్క శయ్యామందిరంలో జ్ఞానమనే మణిదీపం వెలుగుతున్నది. ఆయన ఏకాంత సమాధికి ఏమాత్రం భంగం రాకుండా ద్వైతభావమనే ఆ శయ్యామందిరపు తలుపులు మూసి బిగించబడ్డాయి . . . .'

అలాంటి శయ్యపై, *"బాబా! ఇక ఏకాంతంగా చిన్మయమైన స్వసుఖ సమాధిలో నిద్రించండి!"* (*"ఆతా స్వామీ సుఖేనిద్రా"*) అని భక్తులు

ప్రార్థిస్తున్నారు. భక్తపాలన కొరకు "ఓ సద్గురూ! ధ్యానసమాధి నుండి లేచి మమ్ములనుద్ధరించండి!" (*"సమాధి ఉతరోనియాగురు..."*) అని ఉదయమే సుప్రభాత గీతమాలపించిన భక్తులు, తాము నిద్రకుపక్రమించబోయే ముందు బాబా అనుజ్ఞఆశీర్వాదప్రసాదాలకై అర్థిస్తూ (*"ఆజ్ఞేస్తవహో ఆశీప్రసాద . . ."*), తిరిగి బాబాను స్వసుఖసమాధిలో ఏకాంతంగా విశ్రమించమని ప్రార్థిస్తున్నారు! ఆ ప్రార్థన యొక్క ఆర్ద్రతతో మేను వాల్చిన భక్తులకు 'సాయిస్మరణ' అనే 'మరపులేని నిద్ర' లోనికి సునాయాసంగా జారుకొనేట్లు జోలపాట పాడుతున్నది యీ శేజారతి! ఇక *'ఓవాళూ ఆరతి . . .'* అనే ఆరతి గీతం, ఋగ్వేదంలోని 'నాసదీ సూక్తం', 'పురుషసూక్తం' లోని కొన్ని ఋక్కులసారం.

ఇప్పటివరకు 'శిరిడీ ఆరతుల'లోని భావసౌందర్యాన్ని క్లుప్తంగా మాత్రమే సమీక్షించుకొన్నాం.[1] ఆ (మరాఠీ) ఆరతులలోని ప్రతివాక్యానికి క్షుణ్ణంగా అర్థం తెలుసుకొని పరిశీలనతో చింతన చేస్తే, ఇంకా ఎన్నో అమూల్యమైన ఆధ్యాత్మికరహస్యాలు మనకు గోచరిస్తాయి.

ఏ సాహిత్యానికైనా భాష దేహంవంటిదైతే, భావం ఆత్మవంటిది. భావరహితమైన (అర్థం తెలియని) శబ్దసముదాయం నిర్జీవ కళేబరం వంటిది. కేవలం యాంత్రికంగా చేసే మంత్రాలు, స్తోత్రాలు, ఆరతులవల్ల భావప్రకంపనలకు కేంద్రమయిన మన హృదయాలు స్పందించవు. హృదయస్పందన లేని పూజ ఆత్మోన్నతిని కలిగించలేదు. అందుకే **"జ్ఞాత్వా కర్మాణి కుర్వీత"** అంటే, 'చేసే పూజకు చెప్పే మంత్రానికి అర్థం తెలుసుకొని చెయ్యి!' అని వేదం ఘోషిస్తున్నది.

---

[1] మొత్తం శిరిడీ ఆరతుల యొక్క సవివరమైన అర్థతాత్పర్యవిశేషాలు శ్రీబాబూజీ రచించిన *Arati Sai baba* (మూలము-ఆంగ్లానువాదము-వ్యాఖ్యానము) అన్న (ఆంగ్ల) గ్రంథంలో చూడగలరు. - పబ్లిషర్స్

"మంత్రోహి భావేన యుతో ఫలప్రదః
మౌర్వ్యాసు సజ్జీకృత బాణవద్ధ్రువం॥
భావేన హీనస్తు వినిష్ఫలో భవేత్।
కీరస్య వాగీరత రామ శబ్దవత్॥"

"ఏ మంత్రాన్నయినా అర్థం తెలుసుకొని పునఃశ్చరణ చేస్తేగాని ఫలప్రదం కాదు. భావయుతమైనప్పుడు మంత్రం చక్కగా సంధించిన బాణంలా లక్ష్యాన్ని చేరుతుంది. భావహీనమైన మంత్రం నిష్ఫలం. చిలక ఎన్నిసార్లు 'రామ' శబ్దాన్ని పలికినా అది వ్యర్థమే కదా?" – అని శాస్త్రాలు ఉగ్గడిస్తున్నాయి. మంత్రజపమైనా భావహీనంగా చేస్తే ఫలితం సున్న అని ఆగమాలు నిర్దేశిస్తుండగా, ఇక ఆరతులవంటి ప్రార్థనాగీతాల విషయం చెప్పాలా? 'అనే' వాడికి 'వినే' వాడికి అర్థం తెలియని శబ్దాడంబరం కేవలం చిలకపలుకుల కంఠశోష; యోగి వేమన మాటల్లో చెప్పాలంటే అవి - వొట్టి 'వెర్రికూతలు'! హృదయగతమైనపుడే ఏ ప్రార్థనైనా ఫలిస్తుంది. మనం వల్లించే మంత్రాలకు, శ్లోకాలకు, స్తోత్రాలకు, ఆరతిగీతాలకు సరైన అర్థం తెలిసినపుడే అవి మన హృదయాలలో ఆర్ద్రతను కలిగించగలవు. ఆర్ద్రత లేకుంటే అది ప్రార్థనే కాదు! [2]

❋

[2] ఇంకా వివరాలకు, భాషాప్రాధాన్యతను తగ్గించి భావప్రాధాన్యతను పెంపొందించు కొనమని గౌతమబుద్ధుని మొదలు శ్రీసాయిబాబా వరకు అవతరించిన మహాత్ములందరూ ఎలా ఉద్బోధించారో కూలంకషంగా తెలిపే శ్రీబాబూజీ రచించిన 'దైవాన్ని దేవభాషలోనే ప్రార్థించాలా?' అన్న వ్యాసం (సాయిపథం ఏప్రిల్ 1988) చూడగలరు. - పబ్లిషర్స్

సాయి ఊసే, సాయిధ్యాసే
లేదు లేదిక వేరె బాట!

"నీ ఆలోచనలకు, లక్ష్యాలకు నన్నే ముఖ్యకేంద్రంగా చేసుకో! పరమార్థం లభిస్తుంది. అచంచల విశ్వాసంతో (అన్నింటికీ, అన్నికాలాల్లోనూ, పరిస్థితులలోనూ) గురువును ఎప్పుడూ అంటిపెట్టుకొని ఉండు! అది చాలు!...

-శ్రీసాయిబాబా